W0254459

(मूळ रशियन आत्मकथनात्मक कादंबरी)

मूळ लेखक

नटालिया अलेक्जेन्द्रोवना फ्लौमर

हिंदी अनुवाद

शामू संन्यासी

मराठी अनुवाद

विमल लिमये

मेहता पब्लिशिंग हाऊस

■ मेरा परिवार / आत्मकथन

© विमल लिमये

८४३, सदाशिव पेठ, पेरूगेट भावे हायस्कूल,
खामकर तालमीजवळ, पुणे ४११०३०.

■ प्रकाशक
सुनील अनिल मेहता,
मेहता पब्लिशिंग हाऊस,
१९४१, सदाशिव पेठ,
माडीवाले कॉलनी, पुणे ४११०३०.

■ अक्षरजुळणी
वंदना घाटगे

■ मुखपृष्ठ
चंद्रमोहन कुलकर्णी

■ मुद्रक
स्मिता प्रिंटर्स,
१०१९, सदाशिव पेठ,
पुणे ४११०३०

■ पहिली आवृत्ती
मार्च, २००९

■ किंमत
एकशे वीस रुपये

■ ISBN : 978-81-8498-008-0

'मेहता पब्लिशिंग हाऊस'च्या नवीन पुस्तकांची माहिती मिळविण्यासाठी
आपला पत्ता, फोननंबर किंवा E-mail Address आमच्या
E-mail : info@mehtapublishinghouse.com वर पाठवावा किंवा
✆ ०२०-२४४६०३१३ या फोनवर आमच्याशी थेट संपर्क साधावा.
Website : www.mehtapublishinghouse.com

मनोगत

सदर कादंबरीचा हिंदी अनुवाद १९४९ मध्ये शामू संन्यासी यांनी केला. प्रकाशनकाळ १९४९ चा आहे.

माझ्या वाचनात 'मेरा परिवार' हे पुस्तक १९५४ सालात आलं. या पुस्तकाला कादंबरी म्हणावं, की आत्मचरित्र हा वादाचा मुद्दा सोडला, तर मी हे पुस्तक एकदा सुरुवात केल्यानंतर पूर्ण वाचून झाल्यावरच खाली ठेवलं. या कादंबरीला कथानक असं नाही.

मूल होणं शक्य नाही, असं जेव्हा डॉक्टर नटाशाला आणि तिचे पती डेव्हिड यांना सांगतात, त्यानंतर पुढील आयुष्यात नटाशानं अनाथ मुलांना सांभाळून त्यांना उत्तम नागरिक बनवते. आर्थिक स्थिती अगदी बेताची असूनही ती या मुलांना काही कमी पडू देत नाही, मात्र त्यांना परिस्थितीची जाणीव देऊन स्वावलंबी करते. सन्मानानं, सच्चेपणानं आयुष्यात जगायला शिकवते– ते स्वत:च्या वर्तणुकीतून; उपदेशाचे डोस पाजून नव्हे. मुलांची चूक झाली, तरी कुठेही मार, शिक्षा, उपाशी ठेवणे असला प्रकार नाही. मुलांना विश्वासात घेऊन चूक समजावून देते. मुलांचा सांभाळ करत असताना एक 'आई' या नात्यानं वेळोवेळी या मुलांबद्दलच्या तिच्या भावना तिने ज्या तऱ्हेनं व्यक्त केल्या आहेत, ते वाचण्यासारखं आहे. मुळात डेव्हिड व ती यांचं नातं अतिशय सकस आहे.

मुलांमधील भांडणं, हेवेदावे, स्पर्धा, मुलींची प्रेमप्रकरणं, स्वार्थीपणा, कधी कधी खोटं बोलणं, उद्धट बोलणं, सर्व काही आहे; पण हा गुंता तिने कसा सोडवला, हे वाचण्यासारखं आहे. तिचे अनुभव आजही मुलं वाढवताना कुटुंबसंस्थेला उपयोगी पडतात.

रशियाचा 'सर्टिफिकेट ऑफ ऑनर' हा मानाचा पुरस्कार नटाशाला दिला जातो. वृत्तपत्र याची दखल घेतं. त्यानंतर मुलांना वाढवताना इतर आयांना आलेल्या अडचणी सांगणारी व उपाय सांगा, अशा विनंतीची हजारो पत्रं तिला येतात. एक चांगलं कुटुंब, चांगले आई-वडील, चांगली मुले (ती ही स्वत:ची नाहीत) यांची जडणघडण कशी करावी, याचा ही कादंबरी वस्तुपाठच आहे, असं म्हणावं लागेल.

- विमल लिमये

१

बोन्राया रोडवरचं ते घर नेहमी गजबजलेलं असायचं. मुलांची खोली (नर्सरी) अंधारी होती. खोलीत तीन बिछाने अन् एक मोठी पेटी. त्या पेटीचा उपयोग आमची आया रात्री झोपण्यासाठी करायची. तीन बिछान्यांपैकी एक माझा, दुसरा माझ्या भावाचा, मिशाचा होता. मिशा मला आवडायचा, पण त्याची भीतीही वाटायची. तिसरा बिछाना एका लहान मुलीचा होता आणि मला तिचं नाव अजिबात लक्षात नाही. तिचे वडील एक मोठे व्यापारी होते. त्यांचं नाव गोरोलिन. त्यांच्या या मुलीशी सगळे वाईट वागत. तिचं नावही तिरस्कारानं घेत.

मिशा माझा भाऊ खरा, पण माझ्याशी तो बेपर्वाईनं वागायचा; पण एक बरं होतं गोरोलिन व्यापाऱ्याची ती मुलगी अंधारात मला चिमटे काढायची, तेव्हा मिशाच मला या संकटातून सोडवायचा.

इमारतीत प्रकाशाचं नावही नव्हतं. आमच्या या खोलीला सगळेजण नर्सरी म्हणायचे. म्हणायला नर्सरी, पण नावापुरतीच. खोलीत उजेड नव्हता आणि खिडकीही नव्हती. ना नर्सरीत असणारी खेळणी होती, ना आमचं मनोरंजन करणारी काही साधनं. चांगल्या खेळण्यांचं एक सोडा, पण चिनी मातीची मोडकी का होईनात भांडी, एखादं फाटलेलं अस्वल, लाकडाची (निदान कापडी तरी) बाहुली, एखादी मोटार, लाकडाचे ठोकळे तरी असावेत!

आम्हाला आईपण नव्हती.

त्या घरात राहणाऱ्या सगळ्या आमच्या मावशाच असायच्या. ज्युलिया मावशी पेशानं दाई होती. अतिशय हुशार अन् चटपटीत; पण बघावं तेव्हा भांडायला निघाल्यासारखी. आवाजही कर्कश आणि घराची मालकीण तीच होती. आम्ही तिन्ही मुलं तिच्या घरात भाड्यानं राहत होतो. माशा मावशी ज्युलिया मावशीची बहीण होती. घरची सगळी व्यवस्था तीच पाहायची. ज्युलिया मावशीच्या मानानं शांत असली, तरी तिचा असा काही वचक होता, की काय बिशाद कोणी तिच्या व्यवहारात ढवळाढवळ करेल.

घरात कोणीही पुरुष नव्हता. तिसरी बाई आम्हा मुलांची म्हातारी आया होती. तिचाच सहवास आम्हाला जास्त मिळायचा. तिला आम्हाला रडक्या गोष्टी सांगायला आवडायच्या. रोज रात्री उशिरापर्यंत कोपऱ्यात ठेवलेल्या देवाच्या जुन्या मूर्तीसमोर गुडघे टेकून प्रार्थना करणं हा तिचा नित्यनेमच झाला होता. मला तर झोपेतदेखील कधी कधी आया मूर्तीसमोर बसून निःश्वास सोडत, उसासे टाकत प्रार्थना करत असलेली दिसायची.

तिन्ही मुलांमध्ये मीच तिची लाडकी होते. कदाचित मी मुळातच शांत होते व माझा तिला काहीच त्रास नव्हता त्यामुळे असेन.

कधी कधी आपला सुरकुतलेला हात माझ्या डोक्यावरून फिरवत ती म्हणे, ''किती शांत अन् शहाणी आहेस गं!''

सणावाराच्या दिवशी ती मला पहाटेच उठवायची. तोंड धुऊन कपडे बदलून मी तिच्याबरोबर चर्चमध्ये जायची. सकाळच्या थंडीनं मी काकडत असायची. चर्चमधलं वातावरण, जळत्या धुपाचा वास, असंख्य मेणबत्त्यांच्या थरथरत्या ज्योती, फादरचा खडा आवाज, इतरांच्या प्रार्थनेचा गंभीर ध्वनी... सारं कसं भीतिदायकच वाटायचं.

खरं तर मला चर्चमध्ये जायला मुळीच आवडायचं नाही; पण आया नाराज व्हायला नको, म्हणून मी मनात नसलं तरी जायची. रात्री मात्र धगधगत्या शेगडीशेजारी आम्ही दोघी आरामात बसून, शेगडीतली लाकडं उलटीसुलटी करत, नवी घालत गप्पांत रंगून जात असू. तिचं गोष्टी सांगणं सुरू व्हायचं. तिचा शांत गंभीर आवाज. मला गोष्ट आवडे.

माझ्या बालपणाचा एवढाच एक काळ सुखाचा होता, असं म्हणावं लागेल. 'जळत्या लाकडांची गोष्ट' ही मला आवडणारी गोष्ट. आयाही नेहमी तीच गोष्ट सांगे.

आज मला त्या गोष्टीचा विषय, सुरुवात, शेवट यांपैकी काहीच आठवत नाही, पण एवढं आठवतंय, की शेगडीतल्या धगधगणाऱ्या लाकडांकडे पाहत ती म्हणायची, ''पाहते आहेस ना तू? लाकडं कशी हमसूनहमसून रडतायत ती! माहीत आहे तुला का ते? अग त्यांच्या मुक्तीचे सगळे दरवाजेच बंद झालेत.''

या वाक्याबरोबरच ती गोष्टही संपायची. तिचं हे वाक्य ऐकलं, की माझ्या अंगावर काटाच उभा राहायचा. वाटायचं, कुठल्या गुन्ह्याची शिक्षा भोगतायत ही जळत असलेली लाकडं? मग मला त्या लाकडांची दया येऊन मन भरून यायचं. मी मनातच म्हणायची, 'बिचारी दुर्दैवी लाकडं.'

आमच्या या घरी कधी कधी माझे वडील यायचे. उंच अन् बांधेसूद. हात मात्र खरखरीत. त्यांच्याबरोबर नेहमी सुंदर व्यवस्थित पोशाखातली बाई यायची. तिच्या दुपट्ट्याचा सळसळ असा आवाज येई. हातमोजे घातलेल्या हातांना हलका सुगंध येई. चेहरा मात्र ती काळ्या बुरख्यात झाकून टाकी. तिला मी नीटसं पाहू शकत नव्हते. आम्ही तिला सीमा मावशी म्हणावं, असं आम्हा मुलांना सांगितलं होतं. ज्या दिवशी आमचे वडील अन् सीमा मावशी यायचे असतील, त्या दिवशी माझे अन् मिशाचे कपडे बदलले जायचे. माझी वेणीफणी केली जाई. आम्हाला बैठकीच्या खोलीत आणलं जायचं. बुरखा काढून सीमा मावशी आमच्या कपाळाचा मुका घ्यायची, पण माझ्या अंगावर मात्र भीतीनं काटाच यायचा. अगदी निष्प्राण वाटायचा तो मुका.

"बरं आहे ना तुमचं? ठीक चाललंय ना? खाणंपिणं भरपूर मिळतं ना?" हेच ठरावीक प्रश्न– खानेसुमारी केल्यासारखे.

अगोदरच आम्ही भिऊन गेलेलो, तिच्या सगळ्या प्रश्नांना आमचं एकच उत्तर असायचं "हो." मग ती गप्प, आम्हीही गप्प. एक विचित्र शांतता पसरायची. चिडलेल्या स्वरांत सीमा मावशी म्हणायची "जा, खेळा बाहेर जाऊन."

घाबरून आम्हाला काही सुचायचंच नाही. चिकटवल्यासारखे आम्ही तिथंच.

पण आमची एक मानलेली आई होती. माकोशा तिचं नाव. ती आली, म्हणजे आम्हाला जो काही उत्साह वाटायचा, आनंद व्हायचा, की विचारायला नको. तो दिवस म्हणजे अगदी सणासारखा.

माकोशा एका शाळेत शिक्षिका होती. अत्यंत बुद्धिमान, सुसंस्कृत. तिने शाळेच्या विद्यार्थ्यांसाठी स्वत:ला अगदी वाहून घेतलं होतं.

एका दारुड्या आचाऱ्याच्या दोन मुलींचा तिने सांभाळ केला होता. त्या तिला आईच म्हणत.

आमच्याबरोबर राहणारी ती गोरोलिनची मुलगी एरवी अगदी मख्ख असायची; पण तीसुद्धा माकोशा आली, की खुश व्हायची.

नेहमी सुतकी कळा असलेल्या आमच्या घरात माकोशा आली, की उत्साहाचा संचार व्हायचा. माकोशाला मुलांचं मन कळत होतं.

मी चार वर्षांची झाले अन् मला आणि मिशाला वडिलांनी घरी नेलं. ते एका हॉस्पिटलमध्ये डॉक्टर होते. हॉस्पिटलच्या आवारातच आम्हाला राहायला जागा होती.

मी आणि मिशा सोडून माझ्या वडिलांना आणखी तीन मुलं होती; पण त्या मुलांच्या आईशी त्यांनी लग्न नव्हतं केलं. ऐन तारुण्यातच ती क्षयानं वारली.

तसं म्हटलं, तर या घरात आमच्या पहिल्या घरापेक्षा खूप सुखसोयी होत्या. मुख्य म्हणजे भरपूर उजेड होता. आई तर तिथंही नव्हती, इथंही नव्हती. सीमा मावशी तिथल्यासारखीच बुरखा पांघरून आम्हाला भेटायला यायची.

ईस्टर आणि ख्रिसमसच्या सुटीत माकोशा आम्हाला तिच्या घरी घेऊन जायची. मग अगदी धमाल उडायची. तिचं घर छोटसंच, पण टापटिपीचं होतं. ती छानसा ख्रिसमस ट्री करायची. आम्ही मुलं तिला मदत करायचो. सगळी सजावट आम्ही स्वत:च्या हातानं करत असू. कागदाची पानं-फुलं कापायची, सुई-दोरा घेऊन त्यांत मिठाई ओवायची. त्याला पानं-फुलं चिकटवायची. कितीतरी कामं. आमची सगळी हालचाल, धावपळ, गडबड माकोशा इकडेतिकडे हिंडत पाहायची. तिच्या दृष्टीतून कौतुक ओसंडत असायचं. माकोशाचं बोलणं-वागणं, कामाचा उरक, चटपटीतपणा आजही मला आठवतो. ते दिवस जणू मंतरलेले होते. आज आठवण झाली, तरी आनंदानं रडायला येतं. आम्ही ख्रिसमसच्या दिवशी दिव्याची सजावट करीत असू. माकोशाचे इतर विद्यार्थी यायला सुरुवात व्हायची. दारूकाम व्हायचं. आकाशात उडणारे निरनिराळे रंग मनाला भुरळ घालायचे. ख्रिसमसचं संगीत सुरू व्हायचं. मी डोक्याला छानसा रुमाल बांधून नाचायची. टाळ्या वाजवायची.

आत्ता पेटवलेल्या मेणबत्तीच्या ज्योती मंद होत आलेल्या असायच्या. मग आम्ही सगळ्या खुर्च्या उलट्या करून माकोशाच्या शालीनं झाकून टाकत असू. हे म्हणजे आमचं जहाज. या जहाजात बसून एखादा अद्भुत प्रदेश शोधायला आमचा बालचमू निघायचा. या साहसी खेळात वीराची भूमिका नेहमी मिशाकडे असायची. मिशा हबशी सरदाराकडून मला बंदिवान करवायचा आणि या सरदाराकडून त्याला खूप पैसे मिळायचे. सगळं कल्पनेतलं खेळातलंच, पण त्या वेळचा आनंद अपूर्व होता.

आमचे वडील अन् बुरखेवाली मावशी कधीच यायचे नाहीत. कधी वडिलांकडे, कधी माकोशाकडे– कधी निराशा, कधी उत्साह अशा दोन्ही वातावरणात दिवस घालवायची आम्हाला सवय झाली होती.

आणि एक दिवस सगळं काही बदलून गेलं.

रात्री साडेनऊची– जेवायची वेळ होती. आम्ही सगळेजण जेवणाच्या टेबलभोवती आपापल्या खुर्च्यांवर बसलो होतो. कधी नव्हे ते वडील आज भलतेच खुश दिसत होते. आमचं जेवण करायला आणि घरचं सगळं बघायला एक बाई होती. आम्ही तिला काकी म्हणत असू.

काकींनी कॉफीचा कप बाबांच्या हातात दिला. बाबांच्या तोंडून कण्हल्यासारखा आवाज आला. खुर्चीवरून धडपडत ते जमिनीवर पडले. आम्ही खूप घाबरलो.

काकींनी खिडकी उघडली अन् त्या शेजाऱ्यांना धावा धावा, लवकर धावा म्हणत मदतीसाठी बोलावू लागल्या. घराचा चौकीदार धावत आला. त्यानं बाबांना उचलून पलंगावर ठेवलं. छातीवर हात ठेवला. डोक्यावरची टोपी काढून हातात घेत तो एवढंच म्हणाला, "ईश्वर मृतात्म्यास शांती देवो."

सीमा मावशीला निरोप गेला. ती नेहमीप्रमाणे बुरखा घालून आली. त्यानंतर काय झालं, हे फारसं आठवत नाही; पण आम्ही वडिलांचं घर सोडलं. मी सीमा मावशीकडे राहायला आले. मिशा मात्र वडिलांच्या घरीच राहिला.

सीमा मावशीच्या घरी मला स्वतंत्र खोली होती, कपाटं होती. छोटीशी मोरी होती. आरसाही होता, पण आरशात पाहायची मला भीतीच वाटायची. आरशात मला बाबांचाच चेहरा दिसणार, हेच माझ्या मनानं घेतलं होतं. सगळी रात्र अशीच जागून काढली. दोन दोन रग घेऊनही मी कापतच होते. थंडीनं अन् त्याहीपेक्षा भीतीनं. अशातच केव्हातरी झोप लागली.

सकाळी जागी झाले. पाहिलं, तर सीमा मावशी माझ्या अंगावरून हात फिरवत होती, हुंदके देत होती. मी अगदी वडिलांसारखी दिसते, असं ती म्हणताना मी ऐकलं. मला जागं होताना पाहून, ती परत एकदा कठोर झाली. "बाबा वारले." असं म्हणून ती स्वतःच्या खोलीत निघून गेली. वडिलांचं दफन होईपर्यंत तीन दिवस आम्ही वडिलांच्या घरी राहिलो.

मी परत सीमा मावशीकडे आले. सीमा मावशी एकटीच एका वेगळ्या घरात राहायची. ती विधवा होती आणि तिला दोन मुलं होती. असं ऐकिवात होतं, की तिचा नवरा एक श्रीमंत दारुड्या होता. सीमा मावशीला एक मुलगी होती. ती माझे खूप लाड करायची. मिशा कधी कधी भेटायला यायचा. तो कधी दोन-तीन आठवडे राहायला यायचा, तर कधी वडिलांच्या नातेवाइकांकडे राहायचा.

सीमा मावशीनं माझ्यासाठी एक शिक्षिका नेमली होती. माझा अभ्यास, वाचन, फिरणं, कपडे, सगळ्या गोष्टींची जबाबदारी तिच्यावर होती. तिला असा आदेश होता, की मला बाईसाहेब म्हणावं. माझ्या आयुष्याचा नवा अध्याय सुरू झाला होता.

शाळेत जाण्याचं माझं वय झालं, तेव्हा सीमा मावशीनं मला एका शाळेत घातलं. तिथे माझी आत्या शिक्षिका होती. तिथे मी राहिले. काही दिवस बरे गेले; पण मला असं जाणवलं, की प्रत्येकजण मला पाहून दुसऱ्याशी काही कुजबुजतोय. आत्याही मधून मधून उसासे सोडायची, डोळे पुसायची. मला कळायला काहीच मार्ग नव्हता. शेवटी हे प्रकरण इतकं वाढलं, की सीमा मावशी मला परत तिच्या घरी घेऊन आली. दोन वर्षं अशीच गेली. सीमा मावशीची मुलं शाळेत जात होती. मी तिला म्हटलं, "मला पण शाळेत जायचंय." शांत स्वरात सीमा मावशी एवढंच म्हणाली, "तुला घरी अभ्यास करण्याशिवाय गत्यंतर नाही. तुला मी शाळेत घालू

शकत नाही.'' तिने कारण नाही सांगितलं, पण मला वाटतं, माझ्यासारख्या अनाथ मुलीला शाळेत प्रवेश नाकारला गेला असावा.

काही दिवसांनी एका बोर्डिंग स्कूलमध्ये माझं नाव दाखल करण्यात आलं. मला खूप आनंद झाला. सुटीत बऱ्याच मुली आपापल्या घरी जात. मी आणि माझ्यासारख्याच चार-दोन अनाथ मुली शाळेच्या बोर्डिंगमध्ये राहत असू. हो, आम्हाला अनाथ म्हणून ओळखलं जाई. ज्या मुलींना जायला मिळत नसे, त्या रडत, हट्ट करत. मी मात्र हातात पुस्तक घेऊन बागेत जायची आणि तिथल्याच एका कोपऱ्यात बसून वाचनात गढून जायची.

मी तेरा वर्षांची झाले. हायस्कूलमध्ये जाऊ लागले. तिथलं शिक्षण फार छान होतं. माझं पुढचं शिक्षणही तिथेच झालं.

मी पाचवीत असतानाची गोष्ट. एकदा सीमा मावशी आम्हाला एका खेड्यात घेऊन गेली. तिथे तिची जमीन होती. मळा होता, उत्पन्न होतं.

शेतकऱ्यांची मुलं गल्ली-बोळांत खेळत. काहीजण तर माझ्यापेक्षा वयानं लहान अन् दिसायला मोठी होती; पण एकजात सगळे निरक्षर. गावात शाळाही नव्हती. मी त्यांना शिकवायचं ठरवलं.

मी त्या मुलांना दूर जंगलात घेऊन जायची. अक्षरं, अंक, पाढे, बेरीज, वजाबाकी सगळं शिकवायची, गोष्टीपण सांगायची.

माझ्या प्रयत्नांना यश आलं. थोड्या दिवसांतच मुलं लिहायला, वाचायला शिकली. एखाददुसरी गोष्ट सांगू लागली.

मी पंधरा वर्षांची होते, तेव्हा आमच्या घरी एक नवी मोलकरीण आली. तिचं नाव वार्या.

एक दिवस ती सीमा मावशीची खोली झाडत होती. तिला घडी केलेला एक कागद मिळाला. वार्याला लिहा-वाचायला येत होतं आणि तोंडात तीळही न भिजणाऱ्या माणसांच्या जातीतली ती होती.

"नटालिया, नटालिया, हे बघ बाई काय आहे ते! अशी कशी ग तू दुर्दैवी?'' असं म्हणून ती रडायला लागली. कागद माझ्या हातात होता— "वार्या, चांडाळणी, हे काय केलंस तू?'' माझ्या हातातला कागद हिसकावून घेत सीमा मावशी ओरडली.

पण आता उशीर झाला होता. मी कागद वाचला होता. माझ्याच जन्मतारखेचा तो दाखला होता. त्यात स्पष्ट लिहिलं होतं– सन १८७८ मध्ये अमुकअमुक तारखेला विधवा सेराफिमानं नटालिया नामक एका अनौरस मुलीला जन्म दिला — जिच्या वडिलांचा काही ठावठिकाणा नाही.

सीमा मावशीचं नाव सेराफिमाच होतं, हे मला त्या दिवशीच कळलं. आमच्या

घरी एक दुसरी मुलगी होती. तिचंही नाव तेच. मला उलगडा होईना. मी शांतपणे तो कागद वार्याला परत दिला अन् खिडकीशी उभी राहून बाहेर पाहू लागले.

म्हणायला मावशी, पण ही सीमा मावशीच माझी आई होती– सख्खी आई... अन् मी कितीतरी दिवसांपासून एकच शब्द उच्चारत होते आई– ज्यापासून मी वंचित होते. आज या शब्दाशी परिचय झाला. मावशीचं व्यक्तिमत्त्व अन् आई हा शब्द, याचा कुठं मेळच बसेना.

माकोशा माझी आई असती तर? ज्युलिया मावशी माझी आई असती तर– पण ही सीमा मावशी आमची आई!

मला आठवलं, आम्ही ज्युलिया मावशीकडे राहत असू, तेव्हा ज्युलिया मावशी आमची ओळख करून देताना, ही आमची भाची नटालिया असं सांगायची. आता मात्र त्या घरातला प्रत्येक क्षण मला युगासारखा वाटू लागला. त्या घरात राहणं ही कल्पनाच सहन होईना.

इतके दिवस वाटायचं, असेना का कडक स्वभावाची, नसेना का प्रेम, माया आपलं पालनपोषण तर होतंय ना? त्यासाठी तरी सीमा मावशीचं ऋणी राहायला हवं.

पण आता सगळं बदलून गेलं. ''वार्या, कुठाय तो कागद?'' मी ओरडले. वार्या अगोदरच भेदरली होती. तिने मुकाट्यानं कागद माझ्या हातात दिला. कागद घेऊन मी तडक घराबाहेर पडले, मिशाला भेटायला. त्यावेळी तो कॉलेजमध्ये शिकत होता. मी त्याला भेटले.

''मिशा, हा कागद वाच.'' मी एवढंच बोलले. त्यानं शांतपणे कागद वाचला.

''हे तुझं जन्मटिपण...'' तो म्हणाला.

''आणि तुझ्या जन्माचं?'' मी विचारलं.

''असंच आहे.'' मिशा म्हणाला.

''याचा अर्थ आपण सीमा मावशीची मुलं आहोत, ती आपली आई आहे—'' मी.

''हो.''

''तुला माहीत होतं मिशा?'' मी विचारलं.

''हो.''

''मग सांगितलं का नाहीस?''

''मला वाटलं, हे सगळं तुला जितकं उशिरा माहीत होईल तितकं बरं.'' मिशा म्हणाला.

''मिशा, आता मला इथं राहावंस वाटत नाही. घरातल्या प्रत्येक वस्तूबद्दल मला तिरस्कार उत्पन्न झालाय.'' मी चिडून म्हटलं.

''पण कुठं जाणार तू? माकोशा तर केव्हाच वारली अन् माझं तर अजून शिक्षणच चाललंय.'' मिशा म्हणाला.

"नाही रे, तसं नाही. मी कुठंतरी खेडेगावात जाईन. शिक्षिकेचं काम करीन." मी सांगितलं.

मिशानं थोडा वेळ विचार केला अन् तो म्हणाला, "तुझा विचार योग्य आहे. तसं आता इथं राहणं तुला अशक्यच आहे."

मिशाचा निरोप घेऊन मी घरी आले.

"कुठं गेली होतीस न विचारता उंडारायला?" सीमा मावशीनं रागानंच विचारलं. मी उत्तर दिलं नाहीच, पण ताठ मानेनं धीटपणानं तिच्यापुढे जाऊन उभी राहिले. आयुष्यातलं हे पहिलं धाडस.

"मलापण आई आहे, असं कळलंय मला"– माझा स्वर शांत होता.

सीमा मावशीचा चेहरा हे ऐकताच खर्रकन उतरला. "काय करू शकणार होते मी? नाइलाज होता माझा. तू मोठी आहेस नटाशा, तू तरी मला समजावून घे." सीमा मावशीचा स्वर खाली आला होता; पण माझ्यावर त्याचा काहीच परिणाम झाला नाही.

"मी इथून निघून जाते आहे." मी तिला माझा निश्चय सांगितला.

"कुठं?" तिने विचारलं.

"तू आम्हाला तुझ्या शेतीच्या गावी घेऊन गेली होतीस. तिथे आता शाळा सुरू झाली आहे. तिथल्या मुलांना मी शिकवत होतेच. त्या शाळेत शिकवणार आहे." इतका वेळ शांत असणाऱ्या सीमा मावशीची चर्या बदलली. रागानं थयथयाट करत ती म्हणाली, "तू निर्दय आहेस. कृतघ्न आहेस. खेड्यात तुझे हाल होतील. आजारी पडशील. तुला एकटं राहावं लागेल." असं काहीबाही सांगून तिने मला माझ्या निश्चयापासून परावृत्त करण्याचा प्रयत्न केला; पण मी बधले नाही.

जायच्या वेळी मी सीमा मावशीशी, म्हणजे सख्ख्या आईशी बोललेही नाही. फक्त नमस्कार केला.

सीमा मावशीची दुसरी मुलगी सेराफिमाला मात्र वाईट वाटलं. माझ्या गळ्यात हात घालून ती म्हणाली, "काही लागलं सवरलं तर या बहिणीला विसरू नकोस."

मोठ्या उत्साहानं ओरेल प्रांतात शिक्षिका म्हणून मी गेले खरी; पण ती शाळा अन् माझी राहण्याची व्यवस्था पाहून मी हबकूनच गेले. शाळेची इमारत म्हणजे एक झोपडीच होती. त्यातलाच एक भाग मला राहण्यासाठी दिला होता. लाकडाच्या भिंती, लाकडाची एक खाट अन् भुसा भरलेली एक गादी, एक टेबल, एक तिवई, एक मेज, मुलांना बसायला रंग न दिलेली लाकडी बाकं.

एकूण हा सगळा थाट पाहून माझा उत्साहच मावळला.

आठवड्यातून एक दिवस फादर येत आणि शिकवून जात. एक बाई येऊन

शेगडी पेटवून ठेवी. माझा चहा तीच करायची. गावातून माझ्यासाठी पोळी-भाजी आणि अंडी येत.

दुपारपर्यंत मी मुलांना शिकवायची. शेतकऱ्यांची काळीसावळी, स्वत:च्या मापापेक्षा ढगळ, भोंगळ कपडे घातलेली मुलं पाहिली, की मला हसू येई. कोणी मला गुरुजी म्हणायचे, तर काही जण बाईसाहेब.

गावसभेच्या पंचायतीत ठरलं, की मला पगार द्यावा. पाळीपाळीनं एकेकानं शिक्षिकेच्या जेवणाची, तसंच खोली उबदार ठेवण्याची सोय करावी. तसं सगळं ठीक होतं, तरीही माझी तब्येत चांगली राहिनाशी झाली. मी सर्दी-पडशानं हैराण झाले. आरोग्याधिकारी मला पाहायला आले. शाळेतल्या मुलांनी माझ्या आजारपणाची बित्तंबातमी पोहोचवली होती.

"तूच इथली शिक्षिका का?" अधिकाऱ्यांनी विचारलं.

"हो, का?" मी विचारलं.

अधिकारी काहीच बोलला नाही. माझ्यासारखी लहान चणीची मुलगी शिक्षिका असू शकेल, यावर बहुतेक त्यांचा विश्वास बसला नसावा.

त्या अधिकाऱ्याला सहा मुलं होती. दोन वर्षांपासून बारा वर्षांपर्यंतची. शाळेची वेळ सोडून राहिलेल्या वेळात मी त्याच्या मुलांना शिकवू लागले. मुलांची प्रगती पाहून तो खुश झाला. त्याच्या शेजारचं एक घर रिकामं होतं. तिथे मी राहू लागले. फार छान घर होतं ते. घरात एक पियानोही होता. अधिकाऱ्याच्या मुलांनाही मी मला येत होता तेवढा पियानो वाजवायला शिकवला. त्याचबरोबर विणकाम, शिवणकाम, शिवाय जर्मन व फ्रेंच भाषा.

इथे माझं बस्तान छान बसलं होतं. शाळेतली मुलं आणि आरोग्य अधिकाऱ्याची मुलं अशा सगळ्यांना घेऊन मी कधी कधी जंगलात जायची. आम्ही पानं, फुलं गोळा करत असू. कधी कधी मी गोष्टीही सांगे. गावच्या लोकांना मी करत असलेल्या कामाचं कौतुक होतं आणि इतकं सगळं मी कसं करू शकते, याचं त्यांना आश्चर्यही वाटायचं. कधी कधी लोक मला विचारीत, "कशासाठी एवढी दगदग करता?"

एकदा शिकवत असताना एक स्त्री हातात लांब छडी घेऊन वर्गात आली. म्हणाली, "पोरांचे जास्त लाड करू नका, नाहीतर डोक्यावर बसतील. तुम्हाला म्हण माहीत आहे ना 'छडी लागे छमछम......' वयानं लहान आहात. मुलांना घाबरत तर नाही ना?" मी हसले आणि म्हणाले, "ती छडी ठेवा तशीच कोपऱ्यात. काही जरूर नाही तिची." तिचा चेहरा पाहण्यासारखा झाला.

मला मुलांचा खूप लळा लागला होता. दिवस मजेत जात होते. खेळणं, फिरणं, गप्पा, गोष्टी. मुलंही खुश होती.

बर्फावरून घसरण्याचा खेळ खेळण्यासाठी मुलं मला निमंत्रण पाठवत. त्यांनी

माझ्यासाठी बर्फावरून घसरण्याची एक गाडीपण बनवली होती. एखाद्या चेंडूप्रमाणे फिरत बर्फावरून घसरत येताना घेरी आल्यासारखं होई. वरचा श्वास वर, खालचा खाली अशी स्थिती व्हायची. तरीपण मजा यायची.

मे महिना आला. मुलांना परीक्षेसाठी जिल्ह्याच्या गावी घेऊन जायचं होतं. काय होईल, या भीतीनं माझ्या छातीत धडधडत होतं; पण मुलांनी छान उत्तरं दिली. सगळी चांगले गुण मिळवून पास झाली. उत्तरं देण्याची पद्धत, बोलण्याची ऐट, धीटपणा सगळ्याची परीक्षकांवर छाप पडली.

वर्ष पूर्ण झालं. एका सरकारी शाळेत शिकवण्यासाठी मला बोलावणं आलं. खरं तर मला हे खेडेगाव, इथली मुलं, आरोग्य अधिकाऱ्याची मुलं यांना सोडून जायचं नव्हतं; पण सगळ्यांनीच मला मी जावं, असं सुचवलं. ही एक चांगली संधी आहे, असं त्यांचं म्हणणं होतं.

मधल्या काळात मी बागकामाचा कोर्स केला होता. या कोर्सचा फायदा मला नव्या शाळेत झाला.

या शाळेत माझा पगारही थोडा वाढला होता. पहिल्या पगारातून मी मुलांसाठी मॅजिक लँटर्न मशिन घेतलं. शाळेच्या आवारात छोटासा बगीचाही केला. या बागेत आमचे वनस्पतिशास्त्राचे प्रयोग चालत. मला जेवढं काही येत होतं, तेवढं मी मुलांना शिकवलं. इतकंच काय, गाणीही शिकवली, त्यासाठी एक बाजाची पेटीही घेतली.

संध्याकाळच्या वेळी गावातले प्रौढ स्त्री-पुरुष शिकायला येत. आमचा प्रौढ साक्षरता वर्ग चाले.

वाटलं होतं, आता सगळं नीट चालेल, सुरळीत होईल; पण एक दिवस मी तरुण मुलांना शिकवते, याबद्दल हरकत घेतली गेली. मला पोलीस स्टेशनवर बोलावलं गेलं. खेड्यातल्या लोकांच्या साक्षी घेतल्या गेल्या; पण आक्षेप घेण्यासारखं काहीच मिळालं नाही. उलट शाळेची, गावाची प्रगती बघून त्यांनी फ्रेंच भाषेत माझी अशी काही स्तुती करणं आरंभलं, की मला हसू आवरेना. मला फ्रेंच समजत नसावं, असं त्यांना वाटलं असावं; पण जेव्हा त्यांना कळलं, की मला फ्रेंच, जर्मन, इंग्रजी या तीन भाषा येतात, तेव्हा त्यांना फार आश्चर्य वाटलं. शाळेला दोन-चार महिन्यांची सुटी होती. तेव्हा त्यांनीच मला एका कुटुंबात व्यवस्थापिकेचं (गव्हर्नेस) काम दिलं. ज्या मुलीची मला काळजी घ्यायची होती, तिला आई नव्हती अन् वडील काडतुसाच्या कारखान्यात डॉक्टर होते.

सुटीनंतर शाळा सुरू झाली. मी एक खोली भाड्यानं घेतली. खोली खूप छोटी होती. ओलही फार यायची.

या खोलीनं माझा सत्यानाश केला. मला न्युमोनिया झाला. भयंकर खोकला झाला. मी हैराण झाले. डॉक्टरांनी मला क्षय झाल्याचं सांगितलं.

माझी स्थिती फार वाईट झाली होती. औषधोपचाराला पैसे तर पाहिजेच होते. मी शे-दोनशे कर्जाऊही घेतले.

दीर्घ मुदतीचं आज़ारपण, हलाखीची आर्थिक परिस्थिती आणि कर्ज फेडण्यासाठी मला करावे लागणारे अतोनात परिश्रम, यामुळे मला शाळेची नोकरी सोडावी लागली.

नंतर ज्या कुटुंबात मी गव्हर्नेसचं काम केलं, ते एक प्रकरणच झालं. तिथे मी कसे दिवस काढले, माझं मला माहीत.

या कुटुंबाचा प्रमुख एक व्यापारी होता. त्याची गिरणी होती. बायको अन् पंधरा वर्षांची एक मुलगी. तसं कुटुंब श्रीमंत होतं; पण अतिशय अडाणी अन् असंस्कृत.

जकात विभागाचे अधिकारी नेहमी या घरी येत. मला वाटलं त्यांचं काही गूळपीठ असावं. काही बेकायदा व्यवहार असावा. कुटुंबप्रमुख दारूच्या नशेत पडलेला असायचा. त्याची पंधरा वर्षांची मुलगी त्याच्यावर खूप ओरडायची. 'ए नालायका, जा आत जाऊन झोप.' अशी तिची शिवराळ भाषा होती. मग बाईसाहेब, म्हणजे मालकीणबाई जेवण करून आरामात लोळायच्या. खोलीच्या मध्यभागी एक आरामखुर्ची होती. मालकीण त्यावर अस्ताव्यस्त झोपे, म्हणजे पसरे. मग एक मोलकरीण येऊन बाईंच्या पायाला मालीश करायची. त्यावेळी माझं काम ग्रामोफोन लावायचं असायचं. मालकीणबाई घोरायला लागल्या, की मी ग्रामोफोन बंद करायची. मोलकरीण अन् मी पाय न वाजवता खोलीतून बाहेर जायचो.

त्या वेळेला ग्रामोफोनबद्दल जी तिडीक बसली डोक्यात – ती जन्मभर. त्यांच्या मुलीला मात्र मी मनापासून शिकवायची.

एक दिवस मी अशीच एक गोष्ट तिला वाचून दाखवत होते. गोष्ट प्रसिद्ध लेखक गोगोलची होती. तेवढ्यात, मालकीणबाई पाय आपटत आल्या आणि म्हणाल्या, "आपल्या देशातले सगळे लेखक मेले का?" मी त्यांना समजावून सांगितलं, की गोगोल आपलाच आहे... पण व्यर्थ. त्या म्हणायच्या, "कशाला शिकवतेस इतकं माझ्या मुलीला? माझी राणी बेटी भाग्यवान आहे. दोन लाख हुंडा देऊन स्थळही ठरवलंय. तिला शिकायची काय जरूर? त्यापेक्षा घोड्यावरून फिरवून आण तिला." घोड्यावरून फिरवणं म्हणजे बंगल्याभोवती सारख्या चकरा मारणं. ती घोड्यावर बसणार, मी चालायचं. घोड्याविषयी मला तिरस्कार वाटू लागला, तो याच वेळेपासून.

या गावात शाळा अशी नव्हतीच. मीच कधी कधी माझ्या विद्यार्थिनीला घेऊन जंगलात जायची. तेव्हा तिथल्या शेतकऱ्यांची, मजुरांची मुलंही मागं मागं यायची. आम्ही पुस्तक वाचायला लागलो, की ती लपून झाडाआडून, दगडाआडून ऐकायची. मोठ्या मिनतवारीनं मी मालकाकडून या मुलांना शिकवण्याची परवानगी मिळवली.

कधी कधी मी पहाटे पाचला मुलांना घेऊन जंगलात जायची; पण एकही विद्यार्थी कधी उशिरा आला नाही, की गैरहजर राहिला नाही.

या कुटुंबातली नोकरी तशी वाईट नव्हती. पगारही बरा होता. माझ्याशी ते लोक चांगले वागत; पण वातावरणच इतकं वाईट होतं, की मला तिथे राहावंसंच वाटेना.

एक दिवस या सगळ्याला रामराम ठोकून मी मॉस्कोला मिशाकडे– माझ्या भावाकडे आले. एव्हाना मिशाला चांगली नोकरी लागली होती. त्यानं लग्नही केलं होतं. मिशानं माझं चांगलं स्वागत केलं; पण मी तिथे राहून माझा भार त्याच्यावर टाकू इच्छित नव्हते. पुढे काय करावं, याबाबत मी मिशाचाच सल्ला घेतला. "तू कुठंतरी ऑफिसात काम कर. तुला तीन-चार भाषा येतात. देशोदेशीच्या पत्रव्यवहाराबाबत तू काम करू शकशील." मिशानं मला सल्ला दिला.

त्यानंतरच्या तीन-चार वर्षांत मी काय केलं नाही? शिक्षिका झाले, कारकून झाले, दाईचं काम केलं, व्याख्यानं दिली. किती सांगायचं! एकदा वर्तमानपत्रात एक जाहिरात पाहिली. 'न्यूयॉर्क येथील शैक्षणिक संस्थेत तत्पर, तरुण शिक्षित माहिलेची आवश्यकता आहे.' या जाहिरातीकडे माझं लक्ष गेलं. सहज म्हणून मी अर्ज केला. उत्तर आलं. नोकरीही मिळाली. कामाचं स्वरूप असं : देशाच्या कानाकोपऱ्यातून हजारोंनी पत्र येत. त्या सर्वांना 'आंतरिक शक्ती' असं शीर्षक असलेलं एक पत्रक पाठवायचं. त्यातला मजकूर मूर्खासारखा असे. माझं काम इतकं चोख असे, की लवकरच माझ्या पगारात वाढ झाली. काही दिवसांतच मला त्या कंपनीच्या सत्यपरिस्थितीचा अंदाज झाला. काही गुंड लोकांनी भोळ्याभाविक लोकांच्या मनोवृत्तीचा फायदा घेऊन त्यांना फसवण्यासाठी हे षड्यंत्र रचलं होतं.

'हे यंत्र वापरून तुम्ही हव्या त्या व्यक्तीला आकर्षित करा.' 'हे अंजन वापरा अन् पाहा काय करामत घडते ती.' असल्या जाहिरातींमुळे लोकांची फसवणूक होई. पैसा गुंडांच्या खिशात. हे सगळं मला कळलं – मी तिथली नोकरी ताबडतोब सोडली.

नंतर जे काम मिळालं, ते अतिशय इमानदारीचं होतं. हत्यारांचा कारखाना होता तो. तिथेच माझा डेव्हिड इवानोविचफ्लौमर यांच्याशी परिचय झाला. इथूनच माझ्या जीवनाला एक सरळ वाट मिळाली. वेगळंच वळण लागलं. नाहीतर इतके दिवस ससेहोलपट होतीच. डेव्हिड आट्याच्या मिलमध्ये इंजिनिअर म्हणून कामाला होते. मिशा ज्या चाळीत राहत होता, त्याच चाळीत डेव्हिडही राहत होते.

आम्ही दोघं विवाहबद्ध झालो. लग्नाला एक वर्ष पूर्ण झालं. एक दिवस डॉक्टरी तपासणीनंतर तो अशुभ निर्णय मला डॉक्टरांनी ऐकवला.

"नटाशा, तू आई होऊ शकत नाहीस." मी तो निर्णय स्वीकारला. तेव्हाच

आम्ही डेव्हिडच्या पाच वर्षांच्या भाचीला, फ्लेरोच्काला दत्तक घेतलं; मात्र माझ्या पुढल्या बारा दत्तक मुलांच्या कुटुंबातली ही सर्वांत छोटी मुलगी.

फ्लेरोच्का आमच्याबरोबर सात वर्षं राहिली. तिच्याच वयाची एक मुलगी निऊषाही आम्ही दत्तक घेतली. ती आमच्या मोलकरणीची मुलगी होती.

पहिल्या महायुद्धाच्या वेळी डेव्हिडची बदली सारातोवला झाली. त्या वेळची आमची परिस्थिती फार हलाखीची होती. फ्लेरोच्काचा देहान्त तिथंच झाला. दुष्काळाच्या भीतीनं निऊषाची आईही तिला घेऊन गावी गेली.

नंतर पुढे वीस वर्षांनी आम्हाला 'निऊषा' भेटली. कशी ते पुन्हा केव्हातरी सांगेन.

आत्ता तरी पुन्हा आम्ही दोघंच होतो.

❑

२

फ्लेरोच्का गेली, तेव्हा मीही खूप आजारी होते, अगदी बेशुद्धावस्थेत. त्यामुळे फ्लेरोच्का गेलेली मला माहीत नव्हतं. शुद्धीवर आल्यावर मी डेव्हिडना पहिला प्रश्न विचारला, "फ्लेरोच्का कुठं आहे?"

"तिला तिच्या आईकडे पाठवलंय थोडे दिवस. इथे तू इतकी आजारी, तीही आजारी. तिचं कोण करणार? म्हणून विचार केला की, तू बरी होईपर्यंत तिला आईकडे पाठवावं." शांत स्वरात डेव्हिड म्हणाले.

आणि तब्बल सहा महिन्यांनंतर मला फ्लेरोच्का वारल्याचं डेव्हिडनी सांगितलं. मी खूप रडले. वाटत होतं, नव्हे खात्री होती, की मी तिची सेवाशुश्रूषा केली असती. तिला नक्की वाचवलं असतं.

फ्लेरोच्काच्या मरणाचा फार मोठा धक्का मला बसला होता. डोळ्यांचं पाणी खळत नव्हतं. सारं घर तिच्याविना खायला उठायचं. तसं म्हटलं तर फ्लेरोच्काला मी अगदी मुलगी असं कधीच म्हटलं नव्हतं. तिचे आई-वडील होते. त्यांच्याबद्दल आम्ही नेहमी बोलत असू; पण आमच्याकडे तिला मी जी माया, प्रेम दिलं, ते मात्र आईचं होतं आणि हे एकटेपण मला जास्त जाणवलं. कारण मला पूर्ण वेळाचं काम नव्हतं. जे होतं, ते फार थोडं होतं.

फ्लेरोच्काला जाऊन वर्ष झालं. त्या दिवशी वाटलं, एकवार फ्लेरोच्काची

समाधी पाहून यावं, म्हणून निघाले. पाऊस पडत होता. मी कातड्याचं जाकीट घातलं होतं, पण तेही पार भिजलं होतं. जरा आडोशाला उभं राहावं म्हणून मी बाजाराच्या बाजूला निघाले. एका कोपऱ्यात एक अंध भिकारी एकतारी घेऊन उभा होता. त्याच्या कोटाचं टोक धरून एक तीन वर्षांचा मुलगा उभा होता. भिजल्यामुळे त्याचं अंग गारठ्यानं कापत होतं. मुलगा रस्ता दाखवायचा, आंधळा त्याच्या मागनं चालायचा. दोघांनी रस्ता पार केला. आंधळा एका हॉटेलमध्ये गेला. मीही त्यांच्या मागे मागे जाऊन ते काय करतात, ते पाहत होते. आंधळ्यानं बिअरचे दोन ग्लास मागवले अन् भाजलेल्या शेंगा त्यानं मुलाला दिल्या. एका दमात बिअरचे दोन्ही ग्लास आंधळ्यानं रिकामे केले. मुलगा शेंगा खाण्यात दंग. पुन्हा फुटपाथवर उभं राहून आंधळा एकतारीवर गायला लागला.

गाणं संपल्यावर त्यानं मुलाला पाठीत एक गुद्दा हाणला अन् म्हणाला, "जा भीक माग." मुलगा ओरडू लागला, "दया करा मायबाप, देवाच्या नावानं एक पैसा द्या गरिबाला."

रस्त्यावरून पुष्कळ माणसं ये-जा करत होती; पण एकानंही मुलाला काही दिलं नाही. मुलगा रिकाम्या हातानं परत आला. आंधळ्यानं त्याला जोराची थप्पड मारली. मुलगा कळवळला. मी हे सारं दूर उभं राहून पाहत होते. रस्त्यावरच्या काही स्त्रियांनी आंधळ्याला पैसे दिले होते. ते त्यानं खुबीनं टोपीत लपवले होते. मी त्या दिवशी आंधळा अन् मुलगा यांच्या मागोमाग सबंध शहरभर फिरले. माझी खात्री झाली, की तो मुलगा आंधळ्याचा स्वतःचा मुलगा नाही. पाच वाजता उंच अशा टेकडीवजा भागात आम्ही आलो. अतिशय घाण अन् गलिच्छ असा तो भाग होता. एका अंगणातून तो आंधळा दोन मजली घराच्या तळघरात गेला. तळघराला कुलूप नव्हतं. मी हळूच दार उघडलं, आतून कुबट वास आला. भिंतीवर बुरशी आली होती. फरशीवर घाणेरड्या कपड्याच्या चिंध्या पसरल्या होत्या.

तो लहान मुलगा तिथेच होता, म्हणाला, "मला झोप येतेय." आंधळ्यानं पुन्हा थप्पड लगावली. बिचारा मुलगा त्या चिंध्यांवर तिथेच कलंडला. क्षणात त्याला गाढ झोप लागली.

मी दारातच उभी होते. तळघराला एकच काचेची खिडकी होती. त्यावरून घसरून पाणी आत येत होतं. आंधळा फरशीवर बसला. डोक्यावरची टोपी काढून त्यानं त्याचं अस्तर उसवलं, सगळे पैसे काढले अन् मोजू लागला.

या घराच्या मालकाचा पत्ता काढायचा, म्हणून मी दोन घरं पुढे गेले. अंगणात एक स्त्री काहीतरी वाळत घालत होती. "हे शेजारचं घर कुणाचं आहे?" मी विचारलं.

माझ्याकडे अजिबात न पाहता तिने उत्तर दिलं, "माझं."

"तिथं मुलगा आहे, तो त्या आंधळ्याचा स्वत:चा मुलगा का?" माझा प्रश्न.

या प्रश्नासरशी बाईनं माझ्याकडे पाहिलं. संशयानं म्हणाली, "तुला काय करायचंय त्याच्याशी?"

"ते तुला नंतर सांगीन, प्रथम माझ्या प्रश्नाचं उत्तर दे." मी दरडावलंच. मला वाटतं माझं कातड्याचं जाकीट पाहून तिचं धाबं दणाणलं असावं. तिने मला मग सगळं सांगितलं. ते तळघर भिकाऱ्याचं राहण्याचं ठिकाण होतं. तीन वर्षांपूर्वी एका भिकारणीनं या मुलाला जन्म दिला होता. भिकारीण नुकतीच मरण पावली होती. मुलगा एकटा पडला होता. भिकाऱ्यानं त्याच्यावर आपला अधिकार सांगितला. त्या बाईनं मला सगळं सांगितलं; पण भीतभीतच म्हणाली, "खरं तर भिकारीण मेल्यावर पोलिसांत कळवायला हवं होतं; पण मी नाही कळवलं. कृपा करून रिपोर्ट करू नका हं."

मी तिला हुकूम सोडला. "त्या मुलाला ताबडतोब तुझ्या घरी आण. मी लगेच पोलीस घेऊन येते."

तासाभरात पोलीस आले. मुलगा त्या मालकिणीच्या घरात चादरीवर आरामात झोपला होता. खोलीत शेगडी पेटवून ठेवली होती, त्यामुळे ऊब होती. "मुलाचं नाव-पत्ता काय?" पोलिसांनी विचारलं. बाईनं नाव-पत्ता सगळं सांगितलं. नाव सेरेज्का, पत्ता अमुकअमुक. झोपलेल्या सेरेज्काच्या डोक्यावरून हात फिरवला. त्यानं डोळे उघडले.

"सेरेज्का, माझ्याबरोबर गाडीतून फिरायला येणार?" मी विचारलं.

सेरेज्कानं एकदाच माझ्याकडे पाहिलं अन् म्हणाला, "हो."

सगळ्या घटना इतक्या झटपट झाल्या, अनपेक्षित वाटावं अशा घडत गेल्या, की मला विचार करायलाही वेळ मिळाला नाही. गाडीतून जाताना उलटसुलट चक्र चालू झालं. कागदोपत्री काम पूर्ण झालं होतं. ती चिंता नव्हती. वाटलं माझं घर आता पुन्हा फुलेल. मी घरी आले ती सेरेज्काला घेऊनच.

"नटाशा, सकाळपासून कुठं गेली होतीस?" डेव्हिडनी विचारलं.

"तुमच्यासाठी मुलगा आणलाय." मी हसत म्हटलं.

"मुलगा? कुठून?" त्यांनी आश्चर्यानं पाहत विचारलं.

मग मी सकाळपासून घडलेल्या सर्व घटना त्यांना ऐकवल्या. प्रथम त्यांचा विश्वासच बसला नाही. म्हणाले, "माझ्यासाठी मुलगा? छे! माझी चेष्टा करत असशील तू. तुझ्याच कुठल्यातरी मैत्रिणीचा मुलगा असेल झालं." डेव्हिड हसत म्हणाले; पण सेरेज्का आम्ही बोलत होतो तिथे आला अन् सगळ्या प्रश्नांची उत्तर मिळाली.

मग आम्ही दोघांनी मिळून त्याला अंघोळ घातली. डेव्हिडनी त्याचे वाढलेले केस कापले. दोन्ही पलंग एकमेकाला जोडून आम्ही आमच्या दोघांच्यामध्ये त्याला निजवलं. सेरेज्का खूप छान दिसत होता. सेरेज्काला खूप झोप यायला लागली होती.

तो आळीपाळीनं आम्हा दोघांकडे पाहत होता. "सेरेज्का, मी कोण ते माहीत आहे?" मी त्याला विचारलं, "हो आई." त्यानं उत्तर दिलं.

माझ्या हृदयाचे ठोके माझे मलाच ऐकायला येऊ लागले. 'आई' या शब्दानंच माझं हृदय भरून आलं होतं. आत्तापर्यंत मला कुणीच आई असं म्हटलं नव्हतं. "सेरेज्का, हे तुझे बाबा बरं का!" मी डेव्हिडकडे बोट दाखवत म्हटलं.

दुसऱ्या दिवशी उठल्याउठल्याच सेरेज्का रडायला लागला. हाक मारायला लागला "आई-बाबा, बाबा-आई." अशा रीतीनं सेरेज्का आमचा मुलगा झाला. माझं मोठं स्वप्न साकार झालं. मी आई झाले.

एकदा आमच्या शेजाऱ्यानं सेरेज्काला विचारलं, "व्होल्गा नदीत पोहायला येणार का? जा आईला विचारून ये."

खरं तर शेजाऱ्यांनी अशी मजा करायला नको होती. सेरेज्का त्यांचं विचारणं खरं मानून बसला.

"आई, मी काकांबरोबर पोहायला जाऊ नदीत?" सेरेज्कानं विचारलं. "अरे, थंडीचे दिवस आहेत. पाणी खूप गार आहे नदीचं. गारठशील आणि हा पोहण्याचा सीझनच नाही." मी सेरेज्काला समजावत होते; पण तो ऐकेना. रडायला लागला, हात-पाय झाडायला लागला. जितकं समजावत होते, तितका तो जास्त आक्रस्ताळेपणा करायचा. मी त्याला सांगून दमले; पण त्याचा आपला एकच हट्ट, "मी काकांबरोबर पोहायला जाणार."

डेव्हिड आणि त्यांचे एक डॉक्टर मित्र शेजारच्या खोलीत बसून हे सगळं ऐकत होते. ते आले अन् म्हणाले, "अच्छा, तुला पोहायला जायचं ना! ठीक आहे. अगोदर गार पाण्यानं अंघोळ तर करून बघ. चला, हा हौद अगोदर पाण्यानं भरून घेऊ या." आता काय होतंय, या कल्पनेनंच मी घाबरून गेले होते. डॉक्टर स्वत: उठले, त्यांनी नळ सोडला. हौद भरला. आता सेरेज्का पण थोडा घाबरल्यासारखा वाटला.

"अरे घाबरतोस काय असा, हे पाणी तर व्होल्गा नदीच्या मानानं काहीच गार नाही." डॉक्टर मुद्दामच म्हणाले.

सेरेज्काला काहीच कल्पना नव्हती. त्यानं कपडे काढले अन् आनंदानं उडी मारली.

"काय कसं वाटतंय?" डॉक्टरांनी हसत हसत विचारलं.

"छान, मजा येतेय." सेरेज्का म्हणत होता खरं, पण त्याचं सगळं अंग लाल झालं होतं. दात वाजत होते. त्याच्या अंगातनं कळाही येत असाव्यात; पण आपण थंड पाण्याला भीत नाही, ही ऐट दाखवायचा त्याचा प्रयत्न चालला होता. मी तर माझा श्वासच रोखून धरला होता.

"डॉक्टर काका, मी बाहेर येऊ?" सेरेज्काचा स्वर केविलवाणा झाला होता.

"ठीक आहे, ये." डॉक्टरांनी परवानगी दिली.

आम्ही त्याचं अंग पुसलं, ब्रँडी चोळली. गरम कपडे घातले. प्यायला गरम दूध दिलं. "काय सेरेज्का, जाणार का व्होल्गा नदीत पोहायला? कधी जायचं?" डॉक्टरांनी मुद्दामच विचारलं.

"आत्ता नाही." सेरेज्कानं खालच्या मानेनंच उत्तर दिलं.

डेव्हिड ज्या कारखान्यात कामाला होते, तो कारखाना आमच्या घरासमोरच होता. मध्ये फक्त मोठा रस्ता होता. क्रॉस केला, की कारखाना. एकदा सेरेज्का मला म्हणाला, "मी बाबांच्या कारखान्यात जातो." "नको रे बाबा, रस्ता क्रॉस करायचा, गाड्या, मोटारी येतात, गर्दी असते." माझं वाक्य पूर्ण होतंय तेवढ्यात सेरेज्का पळालासुद्धा.

ट्रॅमच्या पट्ट्याजवळ दोन मुलं उभी होती. सेरेज्कानं त्यांच्याकडे पाह्यलं. त्यांचं लक्ष नव्हतं. सेरेज्कानं इकडेतिकडे बघितलं. क्षणभर थांबला. धूम ठोकली अन् कारखान्याचा दरवाजाच गाठला.

त्यानं रस्ता क्रॉस केलेला मी पाहिलं अन् निर्धास्त झाले. आल्यावर त्याला मी विचारलं, "सेरेज्का, रस्ता कसा क्रॉस केलास?"

"त्यात काय? दोन तगडी पोरं उभी होती. अशी सणसणीत लाथ मारली, की चारी मुंड्या चीत झाली. मग मी अशी धूम ठोकली!" सेरेज्का फुशारकीनं सांगत होता.

"सेरेज्का, खोटं केव्हापासून बोलायला लागलास?" मी संतापानं विचारलं.

"खोटं मुळीच नाही. प्रथम एकाला लाथ मारली, मग दुसऱ्याला."

सेरेज्काचं आणखी एक खोटं.

"सेरेज्का–" माझा आवाज रागानं चढला होता. "हो, मी लाथ मारली, प्रथम एकाला नंतर दुसऱ्याला. हो हो लाथ मारली, मी लाथ मारली." कानांवर हात ठेवून सेरेज्का जोरजोरात ओरडू लागला. "हो हो, लाथ मारली मी."

खरं काय घडलं, ते शेवटपर्यंत मला कळलंच नाही.

काही दिवसांनी बोलताबोलता मी हा विषय मिशाजवळ काढला. तो म्हणाला, "तू ज्याला खोटं म्हणतेस, ते खोटं सेरेज्काला समजत नाही. खरं तर जातेवेळी तो मनातून भिऊन गेला होता. त्या दोन तगड्या मुलांना लाथ मारावी, त्यांना लोळवावं, हे त्याच्या मनात होतं. मनातल्या मनात त्यानं हे प्रात्यक्षिक केलंही असेल; पण ते सिद्ध करण्यासाठी त्यानं सगळी मानसिक शक्ती पणाला लावून कल्पनेलाच वास्तवाचं स्वरूप दिलं. कल्पना आणि सत्य यामध्ये त्याच्या दृष्टीनं भेदच राहिला नव्हता. मुलं जे सत्यात करू शकत नाहीत, ते कल्पनेत समजूनच वागतात." आता मला सेरेज्काच्या वागण्यातलं सत्य समजलं होतं.

सेरेज्काला दूध पचत नसे. तसं दूध घेणं आम्हालाही परवडत होतं असं नाही. जेवढं दूध घेत होते, त्यातलं जास्तीत जास्त त्यालाच देत होते. सेरेज्का जेवताना नाही, पण दूध पिताना मात्र हट्ट करायचा. हातात दुधाचा ग्लास धरून तसाच बसायचा. का कोण जाणे मला फ्लेरोच्काची आठवण झाली. ती फार हळूहळू जेवायची. तिचं जेवण होईपर्यंत तिथे बसून राहणं म्हणजे एक शिक्षाच असे. कधी कधी तास-तास लागायचा. काय करावं काही सुचत नव्हतं. मी डॉक्टरांना विचारलं. ते म्हणाले, ''काही नाही, लाडावून ठेवलीयत.'' त्यावेळी फ्लेरोच्का सात वर्षांची होती. मग मला एक युक्ती सुचली.

''हे बघ फ्लेरोच्का, आता तू मोठी झालीयस. आजपासून हे घड्याळ इथे ठेवणार. ते गजराचं घड्याळ आहे. हा काटा इथे आला, की गजर होणार. तेवढ्यात तुझं जेवण झालं असलं, तर काहीतरी खाऊ, बक्षीस देईन. नाही झालं जेवण, तर मग मात्र मी जेवणाचं ताट उचलून ठेवणार. मग पोटभर जेवण होणार नाही. कळलं का? आणि हे बघ, मी जेवताना आवर आवर म्हणणार नाही. तुझं तू बघ.''

मी तिचं पान वाढलं. गजर लावला. काटा कुठं आल्यावर गजर होणार, तेही सांगितलं अन् दुसऱ्या खोलीत जाऊन वाचत बसले.

कान मात्र फ्लेरोच्काच्या खोलीत होते.

थोडा वेळ तिची बडबड ऐकू येत होती. मग तिने बोटं मोजून पाच मिनिटं मोजली. मग जेवण सुरू झालं. मी मनात म्हटलं, ''चला सगळं जमलेलं दिसतंय.''

एवढ्यात फ्लेरोच्काचं रडणं ऐकू आलं. प्रथम दबक्या आवाजात. मग हुंदके अन् मग अगदी भोकाडच.

मी माझ्या खोलीतूनच डोकावून पाहिलं ती दोन्ही हातांनी पदार्थ तोंडात कोंबत होती. एकीकडे रडत होती. मला ते पाहवेना. ''फ्लेरोच्का, बेटा काय झालं रडायला?'' मी विचारलं.

''ममा, मी-मी खातेय अन् हा- हा पुढे पुढे जातोय... सरकतोय.'' कोण पुढे सरकतोय, मला काहीच कळेना.

''घड्याळाचा काटा गं,'' एवढं म्हणून फ्लेरोच्का आणखीनच रडायला लागली. दृश्य मजेदार तसंच करुण होतं. माझ्या मनात आलं, वेळ कोणासाठी थांबत नाही. अशा या निर्दय वेळेबरोबर माझ्या या पोरीचा आज पहिला सामना होतोय.

''मग रडतेस कशाला? जरा भराभरा खा म्हणजे झालं.'' हे सांगताना मला खरं तर हसू येत होतं; पण मी ते दाबलं.

''आणि गजर झाला तर?'' फ्लेरोच्काची शंका बरोबर होती. गजर वाजला, तर बक्षीस जाणार याचंही वाईट वाटणार, कारण तो तिचा पराभव होता.

शेवटी एकदाचं गजर वाजण्याअगोदर जेवण झालं. बक्षीस पण मिळालं. मग

ती स्वत:च गजर लावून जेवायला लागली. पुढे त्याचीही गरज भासली नाही. सेरेज्काला मात्र हा नियम लागू पडला नाही. त्याचा हट्ट कायमच राहिला. मग मीही थोडं दुर्लक्ष केलं.

आमचे दिवस मजेत चालले होते. डेव्हिडच्या कारखान्यातच खिशेव काम करीत असे. त्याची बायको वारली. एक लहान मुलगी होती. तिचं नाव लेना. लेना खूप छान होती. काळ्याभोर डोळ्यांची. बायकोच्या मृत्यूनं खिशेवला जबरदस्त धक्का बसला होता. तो उदास अन् खिन्न असे. साहजिकच, लेनाच्या जबाबदारीचा, सांभाळण्याचा प्रश्न उभा राहिला.

कुणीतरी त्याला सुचवलं, की आम्हाला मुलांची आवड आहे आणि आम्ही तिला सांभाळू शकतो. खिशेव मला सल्ला विचारायला आला होता; पण मी काय सांगणार? एक तर आमची आर्थिक परिस्थिती बेताची. राहायची जागाही लहान, पण विचार केला, अडचण आहे बिचाऱ्याची. तो कामावर गेल्यानंतर ती पोर राहणार कुणाजवळ?

आमच्या तीन खोल्यांपैकी एका खोलीत लेना अन् खिशेव राहायला आले. लेना चांगली बाळसेदार, चुणचुणीत हसतमुख होती. मला तिचा खूप लळा लागला. मला काम जास्त पडायला लागलं; पण त्यातही आनंद होता.

सेरेज्का मात्र तिचा तिरस्कार करायला लागला. मला सारखा म्हणायचा, "हिला घरात घेऊ नको. ती ओरडते." खरं तर तसं नव्हतं. मानसशास्त्रीय दृष्टिकोनातून तसं म्हटलं तर बऱ्याच वेळेला दुसरं मूल झाल्यावर पहिलं मूल त्याचा हेवा, द्वेष करतंही. सेरेज्काचं तसंच झालं. मी त्याला म्हटलं, "सेरेज्का, बघ ना. तिला आई नाही रे. कोण करणार तिचं? तूच सांग बरं!" सेरेज्का जरा विचारात पडला. "खरंच आई नाही हिला?" "खरंच नाही." मी म्हटलं.

लेना तर अगदी लहान, पाळण्यातली. सेरेज्का एकदा पाळण्याकडे एकदा माझ्याकडे पाहायचा. त्याच्या मनात काय विचार होते, कोण जाणे.

एकदा खिशेव खिन्न होऊनच घरी आला. "काय झालं?" मी विचारलं. प्रथम तो अडखळला; पण नंतर म्हणाला, "इथे माझं मन लागत नाही. लेनाच्या आईच्या आठवणीनं मी फार अस्वस्थ होतो."

"मग तू खरंच दुसरीकडे काम बघ." मी सांगितलं. "पण मग लेनाचं काय?" त्यानं माझ्याकडे पाहत विचारलं.

"आमच्याकडे राहू दे तिला. आता ती खूप रुळलीय या घरात. तू तिची काळजी करू नको. कधीतरी येऊन भेटून जात जा म्हणजे झालं." मी त्याला आश्वासन दिलं.

खिशेव वर्षभरानं येईन म्हणून गेला. परत येणं तर दूरच, त्यानं पत्र पाठवून लेनाची चौकशीसुद्धा केली नाही.

उन्हाळा सुरू झाला होता. मुलांना घेऊन कुठंतरी खेड्यात जावं, असं आम्ही ठरवलं. सेरेज्काला हे सांगितलं मात्र, एका पायावर गिरकी घेत तो नाचू लागला अन् गाऊही लागला.

"आम्ही आता गावाला जाणार जाणार!

लेनाला इथेच ठेवणार ठेवणार!"

त्याच्या आनंदाचं कारण आत्ता मला कळत होतं. लेनाबद्दलचा तिरस्कार अजूनही त्याच्या मनात तसाच होता.

"कोण म्हणतं लेनाला इथंच ठेवायचं? तिलाही बरोबर न्यायचं." मी म्हटलं. मी इतकं स्पष्टपणे सांगितल्यावर सेरेज्का गप्प बसला; पण डोळ्यांत मस्ती होती.

"समजा आपण लेनाला घेऊन गेलो अन् तिचे वडील आले तर?"

सेरेज्कानं शंका काढली.

"ते आम्ही बघू काय करायचं ते. तू नको काळजी करू." मी जरा जोरातच म्हटलं.

मग ती चर्चा इथेच थांबली.

एक दिवस मी अन् डेव्हिड अंगणात बसून गप्पा मारत होतो. "मला वाटतं खिशेव जिवंत नसावा. नाहीतर इतक्या दिवसांत त्याचं एखादं पत्र तरी आलं असतं." मी माझी शंका बोलून दाखवली.

"हो ना, प्रत्यक्ष यायला नसेल जमलं; पण पत्र यायला हवं होतं." डेव्हिड म्हणाले. सेरेज्का आमचं बोलणं ऐकतोय, याची आम्हा दोघांनाही कल्पना नव्हती. मी लेनाला अंगणातच कॉटवर झोपवलं होतं.

सेरेज्का एकदम माझ्याकडे आला. कॉटवर झोपलेल्या लेनाकडे बोट दाखवून म्हणाला, "मला वाटतं हिचे वडील जिवंत नसावेत."

डेव्हिड मान हलवत म्हणाले, "मलाही तसंच वाटतं."

"तर मग लेनानं तुम्हाला बाबा म्हटलं तरी चालेल मला."

एवढं म्हणून सेरेज्का एक क्षणभरही तिथे थांबला नाही. शिट्टी वाजवत, उड्या मारत तो निघून गेला.

बालमनातलं हे स्थित्यंतर बघून मलाही आश्चर्य वाटलं. लेनाबद्दलच्या तिरस्काराची, विरोधी प्रतिक्रियेची जागा आता सहानुभूतीनं घेतली होती. सेरेज्कानं लेनाचं आमच्या घरातलं स्थान मानलं होतं. स्वत:च्या मन:स्थितीशी तडजोड केली होती.

त्यानंतर मात्र लेनाबरोबरच्या त्याच्या वागण्यात खूपच बदल झाला. प्रथम तो लेनाला खेळायला घ्यायचा नाही. तिची उपेक्षा करायचा. आता मात्र खेळच काय, पण खोड्या करण्यातही लेना त्याला सामील असायची.

एकदा मात्र त्यांच्या या खोडकरपणानं त्यांना चांगली अद्दल घडवली होती. त्याचं

असं झालं– तेव्हा आम्ही एक कुत्री पाळली होती छोटीशी. फार भित्री होती. अनोळखी माणूस दिसला, की भुंकायची अन् पळून जायची. आम्ही तिचं नाव ठेवलं होतं दब्बू.

जंगलातल्या उंदरांची शिकार, हा दब्बूचा आवडता छंद अन् ती शिकार पाहणं हा मुलांचा.

एकदा मी घरात काम करत होते. अंगणात सेरेज्का, लेना, दब्बू तिघांची दंगामस्ती चालू होती. अधूनमधून खिडकीतून माझं लक्ष होतंच. बराच वेळ झाला. सेरेज्का, लेनाचं ओरडणं, दब्बूचं भुंकणं काहीच ऐकायला येईना. ''सेरेज्का, सेरेज्का.'' मी हाक मारली – उत्तर नाही.

''लेना... दब्बू...'' मी हाकांचा सपाटा लावला.

छे! अजिबात ओ नाही.

स्वयंपाकघरात शेगडी रसरसलेली, मुलं तर कुठे दिसेनात. बघायला जावं, तर शेगडी विझून वाया जाणार. मला काही सुचेना. स्वयंपाकघरात गेले. पाणी टाकून शेगडी विझवली. दरवाजा लावून घेतला अन् रस्त्यावर आले. चिटपाखरूही नव्हतं रस्त्यावर.

आता काय करावं, कुठे जावं, कुठे पाहावं – माझे पायच उचलेनात. स्टेशनच्या रस्त्याला निघाले. वाटेत जो जो भेटला त्याला विचारलं, ''एक मुलगा, छोटी मुलगी अन् एक कुत्रा पाहिलात का तुम्ही?'' सगळ्यांच्या माना नकारार्थी. विचार केला, घरी परत आली असतील.

घरी आले, तर कुणाचाच पत्ता नव्हता. मग उजव्या बाजूला जरा जंगलाचा भाग होता तिकडे गेले; पण मलाच रस्ता सापडेना. तास दीड तास अशीच भटकत राहिले. भयंकर थकले होते. कशीबशी वाट सापडली अन् मी घरी आले. तोवर दिवेलागणी झाली होती.

घरात येताच दब्बूचा आवाज आला. ''दब्बू, दब्बू'' मी हाक मारली.

''आई खूप शोधलं असशील ना आम्हाला? पण काळजी करू नको. आम्ही तर सुखरूप आलोच; पण येताना एक घोडागाडी पण आणलीय. बघ तरी.'' सेरेज्कानं खुलासा केला. मुलांना बघून मी निर्धास्त झाले.

अंगणात बघितलं, तर खरंच एक घोडागाडी उभी होती. एक माणूस घोड्याचा लगाम धरून उभा होता अन् गाडीत सेरेज्का, लेना अन् दब्बू ऐटीत बसले होते.

''कार्ट्यांनो, गेला होतात तरी कुठे?'' अति आनंदानंही मला रडू कोसळलं. जो माणूस गाडी घेऊन आला होता, त्यानं सांगितलं ते असं– तीन मैलांवर असलेल्या एका शेतात या त्रयीला लोकांनी पाहिलं. तिघंही अतिशय आनंदात होती. धुळीनं घाण झाली होती. भूकही लागली असावी. विचारलं, तर जंगली उंदरांची शिकार करण्यासाठी आलो आहोत, असं या मुलानं सांगितलं. कुठे राहतो तेही सांगितलं. स्वत:चं अन् या कुत्र्याचंही नाव सांगितलं. मग तिथल्या लोकांनी यांना स्वच्छ

धुतलं. खायला-प्यायला दिलं आणि गाडीतून पोहोचवलं. घरचा पत्ता कुणालाच माहीत नव्हता. गाडीवान प्रत्येक घरापुढं गाडी उभी करायचा. तुमची मुलं, कुत्रा हरवलाय का? म्हणून चौकशी करायचा. असं करत करत ही वरात शेवटी घरी आली होती.

गाडीवानाचे आभार मानायला माझ्याकडे शब्दच नव्हते.

"तुम्ही होतात, म्हणून मुलं घरी आली; पण तुम्हाला मात्र त्रास झाला." या बोलण्यातून मी माझी कृतज्ञता व्यक्त करायचा प्रयत्न करत होते.

गाडीवान गेला अन् मग मी सेरेज्काकडे वळले. त्याला त्याची चूक कळली होती. मला खूप राग आला होता. चांगला मार द्यावासा वाटत होता; पण मी संयम पाळला.

खरं तर स्वत:वर ताबा ठेवताना मला अतिशय त्रास झाला होता. लेना झोपली होती, तेव्हा मी सेरेज्काला घेऊन बागेत आले. कोणतीही प्रस्तावना न करता मी मूळ मुद्द्यालाच हात घातला. म्हटलं, "हे बघ सेरेज्का, तू लेनापेक्षा मोठा आहेस अन् तिला सांभाळणं तुझं काम आहे. समज शेतावर लोकांनी तुम्हाला पाहिलं नसतं, तर जंगलात तुम्ही उपाशी-तापाशी मेला असतात. सर्वांत आधी लेना मेली असती, कारण ती अगदी लहान अन् अशक्त आहे."

सेरेज्का माझ्या म्हणण्याचा बहुतेक गंभीरपणानं विचार करीत असावा. आपण लेनापेक्षा मोठे आहोत, आपण तिचा सांभाळ करायला हवा, हे त्याला पटलं असावं. "आणि ती जास्तच खोडसाळपणा करायला लागली तर?" त्यानं विचारलं. "तर तू तिला रागवायलाही हवंस. सेरेज्का, माझा तुझ्यावर पूर्ण विश्वास आहे. तू लेनाला चांगलं सांभाळशील." मी त्याचा आत्मविश्वास वाढावा म्हणून म्हटलं आणि हा विषय तिथंच संपला.

संध्याकाळी डेव्हिड अन् सेरेज्का अंगणात बोलत बसले होते. बाप-लेकाच्या गप्पा रंगात आल्या होत्या. सेरेज्का म्हणत होता, "बाबा, आता मी मोठा झालो आहे. आणि घरातल्या लहानसहान कामांची जबाबदारी माझ्यावर आहे."

"हो ना. माझा अन् तुझ्या आईचा तुझ्यावर पूर्ण विश्वास आहे." डेव्हिड हसत हसत म्हणाले. सेरेज्काच्या चेहऱ्यावरचे भाव पाहण्यासारखे होते.

आणि एक दिवस खिशेव, लेनाचे वडील अचानक घरी आले. ते एकटे नव्हते बरोबर एक स्त्री होती. अर्थात् त्यांची दुसरी बायको होती. खिशेव खूप अशक्त अन् फिकट दिसत होता. बायको मात्र छान होती. चहा-पाणी, गप्पा झाल्या. ही त्याची नवी बायको स्वभावानं चांगली होती. लेनाला सावत्रपणा करणार नाही, असं वाटलं. "तुम्ही होतात म्हणून लेनाची आम्हाला काळजी वाटली नाही. आम्ही तिला न्यायला आलो आहोत. आम्हीही तिचं चांगलंच करू." ही नवी आई म्हणाली.

लेना तर रडायलाच लागली. तिला पोटाशी घेऊन मीही खूप रडले. तिला समजावलं. लेना तिच्या आई-वडिलांबरोबर गेली. घर सुनं झालं.

काही दिवसांनी आमची बदली दुसऱ्या गावी झाली. आम्ही सगळे दब्बूसह तिकडे राहायला गेलो.

सेरेज्काच्या बाबतीत एक बदल होत होता. तो हट्टी बनला होता. त्याचं कारण तो एकटाच होता. त्याला हवी ती वस्तू तात्काळ मिळत होती. रंगीत पुस्तकं, खेळणी, पेन्सिली. मागायचा अवकाश वस्तू हजर होत होती.

एकदा सेरेज्कानं व्हायोलिन शिकण्याचा हट्ट धरला. रात्रंदिवस एकच धोशा – मला व्हायोलिन हवं. अगोदर कुणीतरी शिकवणारी व्यक्ती बघायला हवी होती. आमचं गाव फार मोठं नव्हतं. मोठ्या मुष्कीलीनं एक शिक्षक भेटले. त्यानं पहिल्या दिवशी सेरेज्काची संगीत, वादनाबाबत आवड, समजण्याची कुवत, याची परीक्षा घेतली अन् आश्चर्य असं, की ते म्हणाले, "सेरेज्काचे कान तयार आहेत."

आता दुसरं काम व्हायोलिन मिळवणं.

सेरेज्काची उंची, वय लहान होतं, त्यामुळे त्याला लहान व्हायोलिनची जरूर होती; पण तसं व्हायोलिन कुठेच मिळत नव्हतं. इकडे व्हायोलिन कधी घेणार, हा तगादा वाढतच होता. सकाळी उठल्यावर पहिला प्रश्न हाच, "आज व्हायोलिन आणणार ना तू?" रात्री पुन्हा तेच– "मिळालं?"

शेवटी व्हायोलिनसाठी आम्ही मॉस्कोला जायचं ठरवलं.

मी मॉस्कोला जायला निघाले खरी, पण मनात सारखं येत होतं, आपण प्रेमापायी सेरेज्काला जास्त चढवून ठेवलं आहे. त्याचं नुकसान करतो आहोत. माझा मलाच तिरस्कार वाटायला लागला. लेना होती तेव्हा सेरेज्काचा हटवादीपणा इतका नव्हता. म्हणजेच, दोन मुलं होती तेव्हा माझं प्रेम, लक्ष वाटलं जात होतं. आता ते सेरेज्कावर केंद्रित झालं. मॉस्कोला जायच्या आदल्या दिवशी मी माझ्या मनातलं सगळं डेव्हिडजवळ बोलले. सगळं समजावून सांगितलं अन् म्हणाले, "उद्या मी मॉस्कोला जाते आहे, तिथून एक मुलगी घेऊन येऊ तुमच्यासाठी?" थोडा वेळ थांबून डेव्हिड म्हणाले, "विचार वाईट नाही. एका मुलाचं कुटुंब – कुटुंब वाटत नाही. निदान दोन मुलं तरी हवीत."

मी मिशाला भेटून त्याला माझा विचार बोलून दाखवला. म्हणाले, "मिशा, लेना गेल्यापासून खूप जाणवतंय रे. एक मुलगी हवीय सांभाळायला. माझ्या या विचाराला डेव्हिडची संमती आहे."

"वा! मग काय आनंदच आहे!" मिशा उद्गारला.

आम्ही दोघं बहीण-भावंडं सरकारी अनाथाश्रमांत जात असू. मी सांगायची मला एक दीड-दोन वर्षांची मुलगी हवीय. दत्तक घ्यायची आहे. अनाथालयाचे व्यवस्थापक

माझ्याकडे शंकेखोर दृष्टीने पाहायचे, कारण मुलं सांभाळण्यापेक्षा त्यांना रस्त्यावर सोडणारेच जास्त होते. जवळजवळ बारा अनाथालयं आम्ही पालथी घातली; पण आम्हाला हवी तशी मुलगी मिळाली नाही.

आता एकच अनाथालय उरलं होतं. मैलभर दूर. जाणारच नव्हते. एकतर तेरा ही संख्या अपशकुनी; पण मी त्याचा विचारच केला नाही.

मॉस्कोला परत परत येणं जमणार नव्हतं. म्हटलं आलोच आहोत, तर काम पुरं करून जाऊ. म्हणून गेले.

तिथं मात्र ज्या मुली होत्या, त्यातली एक बाळसेदार मुलगी माझ्या मनात भरली. मी मॅनेजरला म्हटलं, "मला ही मुलगी हवीय." रजिस्टर पाहिलं गेलं. 'वय दीड वर्ष. नाव मौला.'

पाहिल्याबरोबर या मुलीनं माझं मन आकर्षून घेतलं. खरं तर मी जाताना तिला घेऊनच जाणार होते; पण आश्रमाचे मुख्य त्याला तयार नव्हते. आश्रमातले कपडे आश्रमातच ठेवावे लागत आणि मी तर येताना काहीच कपडे आणले नव्हते. मॅनेजर जरा चिडूनच म्हणाला, "तिच्यासाठी काही कपडे आणाल का नाही?" मी बाजारात गेले. खरं तर कपड्यांच्या किमती खूप होत्या; पण आत्ता मला घासाघीस करायला वेळ नव्हता. मन:स्थितीही नव्हती. दुकानदारानं सांगितलेली किंमत देऊन मी कपडे घेतले. एक खेळणं घेतलं. सगळं सामान घेऊन मी आश्रमात आले, तर जेवून-खाऊन मुलं झोपायला गेली होती.

"आता हिला उद्या न्या." मॅनेजर म्हणाला.

"नाही मला आत्ताच न्यायचंय तिला." मी बेबीला घेतलं. गाठोडं सोडून तिला कपडे घालू लागले. बापरे, कपडा अंगातच जाईना. दीड वर्षाच्या मुलीच्या मापानं मी कपडे आणले होते; पण माझी सोनी जरा जास्तच गुटगुटीत होती. तिला ते कपडे छोटे झाले. मला फार वाईट वाटलं. माझी मन:स्थिती मॅनेजरच्या लक्षात आली. म्हणाला, "बाई, तुमचे कपडे इथे ठेवून जा अन् आमचे घेऊन जा. जरा जाड कापडाचेच आहेत. फॅशनही नाही."

पण त्यावेळी कापड, फॅशन या गोष्टी माझ्या दृष्टीनं गौण होत्या. माझी सोनी मला हवी होती.

तिला घेऊन मी ट्रामपर्यंत आले; पण बसायलाच जागा नव्हती. ट्राममध्येसुद्धा कशीतरी चढले होते. एका हातात पिशवी, दुसऱ्या हातात मुलगी. हात अवघडून गेला, रग लागली.

मी घरी पोहोचले. मिशाची बायको घरातच होती. "ही बघ माझी मुलगी." हे बोलतानाही मला दम लागला होता. मी तिचा कोट, मफलर, टोपी सगळं काढलं अन् तिला सतरंजीवर बसवलं मात्र, तिने धडामकन जमिनीवर अंग टाकलं. मी जाम

घाबरले. "काय झालं सोने, माझी राणी ती! उठून बैस बरं." जसजशी मी तिला समजावत होते, तशी ती हात-पायच झाडायला लागली. थोडी रागावले, तर तिने गळाच काढला. मग मिशाच पुढे सरसावला.

"काय चाललंय हे, तुम्ही सगळे खोलीतून बाहेर जा." मी, मिशा अन् मौला सोडून सगळे बाहेर गेले.

"तिला फरशीवर पडून राहायचं आहे ना – राहू दे..." मिशा अन् मी खिडकीतून बाहेर बघत गप्पा मारू लागलो.

"मिशा, फरशीवरचा गारठा बाधेल तिला." मी हळूच म्हटलं.

"काही होत नाही. काळजी करू नकोस." मिशा ठामपणे म्हणाला.

मिशा बोलत होता. माझे डोळे त्याच्याकडे, पण लक्ष मौलाकडे होतं. आता हात-पाय झाडणं थांबलं होतं. मौला उठण्याचा प्रयत्न करत होती. "उठतेस कशाला? झोपायचंय ना तुला फरशीवर? मग झोप." असं म्हणून मिशानं तिला दरडावलं. आम्ही पुन्हा गप्पा मारू लागलो.

"मला उठायचंय, मी आता रडणार नाही." मागून आवाज आला.

"पण तुला फरशीवर पडून रडायला आवडतं ना?" मिशा म्हणाला.

"आता नाही रडणार." मौला आपल्या बोबड्या बोलीत म्हणाली. त्यानंतर मात्र मौलाची ही सवय कायमची गेली.

मिशानं मला वेळोवेळी मानसशास्त्रीय दृष्टीतून सल्ला देऊन माझे प्रश्न सोडवायला मदत केली आहे. भाऊ असला, तरी त्याचे आभार मानावे तितके थोडेच आहेत.

मौलाला घेऊन मी गावी आले. सेरेज्का अन् डेव्हिड स्टेशनवर आले होते. आम्ही घरी आलो. "हिचं नाव मौला. छान आहे नाव. पण ही तार्तार वंशाची आहे. आपण तार्तार नाही. मुलांना जर जन्माचं रहस्य कळू द्यायचं नसेल, तर नाव बदलायला हवं." डेव्हिडनी त्यांचा विचार सांगितला. आम्ही मौलाचं नाव जेनिया ठेवलं.

जेनिया घरी आल्यावरचा दुसरा दिवस — आमचं घर तसं तिला अपरिचित होतं. उठल्याबरोबर म्हणाली "आऊ." तिला म्हणायचं होतं खाऊ. जेनियाला भूक लागली होती. असेच दिवस जात होते. मुलं वाढत होती. सेरेज्का अन् जेनिया आमची दोन मुलं; पण दोन टोकं.

सेरेज्का अतिशय चुणचुणीत, चपळ; तर जेनिया सुस्त, आळशी. सेरेज्का तिला पळवत असे. "जा, चेंडू घेऊन ये."

ती विचारायची, "कुठून?"

सेरेज्का चिडून तोंड वेंगाडत म्हणे, "आण चीनहून."

"चीन कुठाय?" जेनिया विचारायची. "मूर्ख, बेअक्कल." सेरेज्का चिडून बोलत होता. एवढ्यात "सेरेज्का – सर्जी, जरा इकडे ये." डेव्हिडनी त्याला बोलावलं.

"काय बाबा?" सर्जीनं विचारलं.

"पाच इंचांचा एक समकोन त्रिकोण कसा असतो?" डेव्हिडनी मुद्दामच विचारलं. "कोण कसा असतो?" सेरेज्काला काहीच न कळल्यानं त्यानं विचारलं. "कोण कसा असतो?" सेरेज्काचीच नक्कल करत डेव्हिड म्हणाले.

"समकोन त्रिकोण म्हणजे काय?" सेरेज्कानं चिडून विचारलं. आपली काय चूक झाली, ते त्याला कळून चुकलं होतं.

"सेरेज्का, मीसुद्धा तुला आता मूर्ख, बेअक्कल म्हणू शकतो. जसं तू तुझ्या बहिणीला जेनियाला म्हणालास. जसा तुला समकोन त्रिकोण माहीत नाही, तसा तिलाही चीन माहीत नाही आणि तू वयानं तिच्यापेक्षा कितीतरी मोठा आहेस. तुला कितीतरी गोष्टी माहीत असायला हव्यात. पण नसतात, म्हणून आम्ही तुझ्यावर चिडतो का?" डेव्हिड शांतपणे बोलत होते. सेरेज्का शरमेनं मान खाली घालून उभा होता. "सेरेज्का, मी तुला रागावत नाहीये, तसा तू लहानच आहेस; पण तूही तुझ्या लहान बहिणीला समजावून घ्यायला हवंस. हो की नाही?"

तेव्हापासून सेरेज्का जेनियाशी समजुतीनं वागायला लागला. जेनियाला प्राण्यांबद्दल खूप प्रेम होतं. आमच्या घराजवळ एक चराऊ कुरण होतं. तिथे खूप गायी चरायला यायच्या. माझा डोळा चुकवून जेनिया खूप वेळा तिथे जाई. मी तिला खूप वेळा सांगितलं, की जेनिया, एखादी गाय चिडली, तर शिंगही मारेल. ती नुसतं ऐकायची; पण पुन्हा तसंच वागणं.

सेरेज्काही हट्टी होता; पण त्याची समजूत पटत असे; पण जेनिया मात्र फार त्रास द्यायची. आपण जे जे सांगू, ते ती ऐकेल, त्यावर काही बोलणार नाही; पण आपल्याला हवं तेच करेल.

एक दिवस सेरेज्का धावत धावत धापा टाकत घरात आला अन् म्हणाला, "आई, जेनिया परत कुरणात गेली आहे अन् हरणी गायपण आहे तिथे." हरणीचं नाव काढताच धडकीच भरली मला. मारकी गाय होती ती. शिंगही भलीमोठी लांब. मी धावतच गेले. हरणी गाय इतर गाईंबरोबर गवतावर बसली होती अन् जेनिया तिच्या दोन शिंगांमध्ये पाय पसरून बसली होती. जेनियाला उतरवायला जावं, तर हरणी शिंग उगारेल ही भीती. मग सेरेज्काच म्हणाला, "जेनिया, जेनू बेटी, तू हरणीच्या शिंगांवर खूप वेळ बसलीस ना? आता खाली उतर बरं. तुला दूध हवं ना?" दुधाचं नाव काढताच जेनिया चटकन खाली उतरली अन् माझ्याकडे आली. चालताना ती बदक चालावं, तशी डोलत चाले. सेरेज्कानं माझ्याकडे पाहत म्हटलं, "दुधाचं आमिष दाखवलं तेव्हा उतरली; पण आई, घरी दूध आहे ना गं? माझं चुकलं का?"

"छे रे बेटा, खूप छान केलंस तू. जेनिया दूध प्यायचं ना? चला." मला

सेरेज्काचं कौतुक वाटलं. मागे एकदा सेरेज्का, लेना अन् दब्बू हरवले होते, तेव्हा मला सेरेज्काचा खूप राग आला होता. मार द्यावा असंही वाटलं होतं. आज मात्र खरोखरच कौतुक वाटलं.

दूध देऊन मी जेनियाला झोपवलं; पण तिला बजावलं, "हे बघ जेना, आज तू कुरणात गेलीस मला न सांगता; पण परत मला सांगतल्याशिवाय एकटीनं जायचं नाही. जर ऐकलं नाहीस, तर मात्र मी तुझ्या पायाला दोरी बांधून खुंट्याला जखडून ठेवीन." परत धमकी द्यायची कधी गरजच पडली नाही.

❑

३

मी सेरेज्कासाठी व्हायोलिन आणलं त्या दिवशी तर त्याचा आनंद गगनात मावेना. दिवसभर व्हायोलिन हातात. कधी पेटीत ठेवायचा. पुन्हा बाहेर काढायचा. फडक्यानं पुसायचा. पॉलिश करायचा. लाठीसारखं खांद्यावर घेऊन फिरायचा, गिरक्या घेत नाचायचा. दिवसभर त्याचं हेच चाललं होतं.

पहिल्या प्रथम सारेगम वाजवायला शिकला; पण जेव्हा रागाचे सूर वाजवायची वेळ आली तेव्हा एक अडचणच निर्माण झाली.

राग वाजवायला लागला, की त्याचं डोकं दुखायचं, बोटाला मुंग्या यायच्या आणि अगदी कंटाळून जायचा तो. मला कळायचं नाही याला असं का होतंय ते. व्हायोलिन आणलं नव्हतं, तेव्हा हट्ट करून आकाशपाताळ एक केलं अन् आता वाजवायची वेळ आली, तर टाळाटाळ करायला लागला.

एक दिवस मात्र मला अगदी सहन झालं नाही. ''सर्जी, तुझं हे असलं वागणं मला अजिबात खपायचं नाही. आज हे हवं, उद्या नको, परवा हे हवं, तेरवा नको. हवं तसं तुझ्या मनासारखं करतो म्हणून तू शेफारला आहेस. सांगून ठेवते तुला, तुला व्हायोलिन शिकावंच लागेल. आता मी तुझं काही ऐकणार नाही. समजलं?'' मी रागानं बोलत होते; पण माझ्या बोलण्याचा त्याच्यावर काही परिणाम झाला नाही. डेव्हिडचा एक मित्र व्हायोलिन छान वाजवायचा. तो घरी आला, की सेरेज्का कुठेतरी

निघून जायचा. कधी कधी सेरेज्का असतानाच तो मित्र यायचा. मग सेरेज्काला कुठे जायलाच मिळायचं नाही आणि त्याला जबरदस्तीनं व्हायोलिन ऐकत बसावं लागायचं; पण त्यावेळी त्याच्या डोळ्यांत पाणी यायचं.

माझं पियानोवादन मात्र तो लक्षपूर्वक ऐकायचा. माझ्या मनात दुसरीच भीती निर्माण झाली. म्हटलं आता यानं पियानो हवा म्हणून हट्ट केला नाही म्हणजे मिळवलं. व्हायोलिन काय, पियानो काय खेळ आहे का? वाद्य विकत घेणं म्हणजे सोपी गोष्ट आहे का?

याबाबत मी एका मानसशास्त्रज्ञाचा सल्ला घेतला. त्यानं मला सेरेज्काच्या जन्मापासूनची हकिकत विचारली. मीही जे होतं ते सगळं सांगितलं. ऐकल्यावर तो म्हणाला, "थोडे दिवस जाऊ देत. बळजबरी करू नका. रागावूही नका. तो अतिशय भावनाप्रधान आहे असं वाटतं. कदाचित त्याला व्हायोलिन पाहून, भीक मागत होता, तेव्हा आंधळा एकतारी वाजवत होता, त्याची आठवण येऊन तो अस्वस्थ होत असावा."

मानसशास्त्रज्ञाचं म्हणणं मला काही अंशी ठीक वाटलं अन् मी त्याचा सल्ला मानला. व्हायोलिन पेटीत बंद करून ठेवलं. कितीतरी दिवस ते तसंच बंद होतं. माझी मात्र फार निराशा झाली होती. वाटलं होतं, सेरेज्का एक ना एक दिवस व्हायोलिन वाजवायला लागेल; पण सगळं मनातच राहिलं. ते पुढे कधीच पुरं झालं नाही. पियानोही तो मन लावून ऐके; पण त्याचं त्याबाबतचं ज्ञान मात्र अपूर्णच राहिलं.

ठोकाठोकी हा सेरेज्काचा आणखी एक आवडता खेळ. छिन्नी-हातोडी ही त्याची आवडती हत्यारं.

एक दिवस त्याच्या वडिलांनी त्याला धार लावायचं एक छोटंसं मशिन आणून दिलं. त्या दिवशी चाकू, सुऱ्या, कात्र्या सगळ्याला धार लावून घ्या, असं ओरडत दिवसभर नाचत होता. घरातली धार लावण्याजोगी एकही वस्तू त्यानं सोडली नाही. कधी कधी बोट कापायचं. सालटं निघायची. आम्ही फारसं लक्ष दिलं नाही. मलमपट्टी केली; पण जुजबी. विचार केला, धडपडल्याशिवाय मुलं शिकणार तरी कशी? आणि दुसरी गोष्ट म्हणजे ही कामं केली, की त्याला वाटायचं आपण घरातली कोणीतरी जबाबदार व्यक्ती आहोत. आपण घरातलं उपयोगी काम करतो, याचा त्याला अभिमान वाटायचा.

डेव्हिड मासेमारी करण्यात तज्ज्ञ होते. सेरेज्कापण त्यांच्याबरोबर जाई. इतकंच नव्हे, तर सात वर्षांचा सेरेज्का माशाचे पदार्थ पण छान करत असे. आमची एक मोटरबोट होती. ती घेऊन दोघंजण मासेमारीला जात. डेव्हिड बंदूक साफ करायचे, तेव्हा सेरेज्का बारकाईनं निरीक्षण करत असायचा. डेव्हिडही त्याला सगळं समजावून सांगत. काय काळजी घ्यायची, हेही सांगायचे. शिकारीची सामग्री घासून पुसून लख्ख ठेवणं त्याला आवडायचं; मात्र बंदूक चालवायला आम्ही त्याला अजून

परवानगी दिली नव्हती. त्याची ही ठोकाठोकीची साधनं व्यवस्थित ठेवलेली असत.

आम्ही राहत होतो, तिथे त्याच्या बऱ्याच ओळखी होत्या. सारातोवमधे त्याचा सगळा वेळ पवनचक्कीच्या कारखान्यातच जायचा. तिथल्या मेकॅनिकशी त्याची दोस्ती झाली होती. सेरेज्काची यंत्राविषयीची आवड पाहून तोही त्याला माहिती सांगे. त्याला सेरेज्काचं खूप कौतुक होतं.

एकदा पवनचक्कीची तपासणी करण्यासाठी काही अधिकारी आले होते. डेव्हिडची सुटी असूनही त्यांना जावं लागलं होतं. सेरेज्काही त्यांच्याबरोबर गेला होता. एखादे वेळी लहान मुलं कारखान्यात गेली, तरी कुणी हरकत घेत नसे. फक्त लक्ष ठेवावं लागे.

तपासणीसाठी आलेल्या लोकांना पवनचक्कीचं संपूर्ण ज्ञान होतं असं नाही. नव्हतंच म्हटलं तरी चालेल; पण बाकी कामगारांना त्यांच्यापुढे काही बोलण्याची हिंमत नव्हती; पण सेरेज्का एकदम म्हणाला, "तुम्हाला कुठे काय समजतंय पवनचक्कीतलं?" वास्तविक सेरेज्काला बोलण्याचा काही अधिकारच नव्हता. वाटलं होतं आता अधिकारी रागावणार; पण तोही जरा थट्टेखोर माणूस होता. सेरेज्काच्या पाठीवरून हात फिरवून तो नुसता हसला. एवढ्यावरच भागलं म्हणून ठीक.....

घरात छोट्या वस्तू बनवण्याचा सेरेज्काला नाद होता. त्यात त्याची हुशारीही दिसून येई. आम्हीही कधी त्याला हे करू नको, ते करू नको, असं म्हटलं नाही; पण वस्तू बनवताना ठोकाठोकीत जितकं सामान वाया जायचं, ते पाहिलं की मात्र थरकाप व्हायचा.

एकदा सेरेज्काला घरातली सगळी कुलपं दुरुस्त करण्याची लहर आली. आठ-पंधरा दिवस तेच चाललं होतं. या अवधीत आमच्या घरातली कुलपं एकतर बिघडायची, नाहीतर किल्ल्या तरी हरवायच्या. अशा वेळी कुलूप निघत नाही, कपाटातली वस्तू तर हवी आहे आणि कपाटाच्या बंद दारापुढे हताश होऊन उभे राहिलेले आम्ही, असं दृश्य असे.

मग सेरेज्काची स्वारी किल्ल्यांचा जुडगा घेऊन हत्याराच्या पेटीसह ऐटीत यायची. काहीतरी खटरपटर सुरू व्हायचं. किल्ली एकदा उलट एकदा सुलट फिरवायला लागायची, पण कुलूप उघडायचं हे मात्र खरं. घरातली बरीचशी कामं आम्ही स्वत: करत असू. पाणी भरणं, लाकडं फोडणं असल्या कामात सेरेज्का मनापासून मदत करी.

एकदा स्वयंपाक चालू असतानाच लक्षात आलं, की लाकडं संपलीयत. काय करावं, असा मला प्रश्न पडला. "आई, मी देतो लाकडं फोडून." सेरेज्का म्हणाला. "नको रे, आपण दोघं मिळून फोडू." मी म्हटलं. त्या दिवशी आम्ही दोघांनी मिळून खूप लाकडं फोडली. सेरेज्कानं ती सगळी स्वयंपाकघरात नेऊन टाकली.

जेनियाही मोठी होत होती. सेरेज्काचं पाहून ती पण हट्ट करायची, "मलापण काम सांग." मग मी तिला ताट, वाट्या, भांडी जेवणाच्या टेबलवर मांडायला सांगायची. फुटण्यासारखी नसतील तीच भांडी मी तिला द्यायची. जेवण झाल्यावर टेबल तीच पुसायची. प्रथम प्रथम आवडीनं केलं, मग टाळाटाळ करायला लागली. त्यावेळी मात्र मी सक्ती केली. कोणतंही काम हलक्या दर्जाचं समजायचं नाही, हा नियम मी घरात काटेकोरपणे पाळायला लावत असे. १९२३ मध्ये डेव्हिडची बदली मॉस्कोला झाली.

तसं मॉस्कोमध्ये आम्हाला कंपनीतर्फे घर मिळणार होतं; पण एकूण बाहेर घराची चणचणच होती. म्हणून शहरापासून थोडं दूर जंगलाच्या बाजूला आम्ही थोडी जमीन पाहून छोटसं घर बांधलं. घर कसलं म्हणा, झोपडीच होती ती. अर्थात, जमीन मात्र कंपनीनं दिली होती.

एकदा मी फरशी धुवायला काढली. बाहेर शेजाऱ्यांचा घोडा बांधलेला होता. तिथे जेनिया उभी होती. मधून मधून मी खिडकीतून तिच्याकडे लक्ष ठेवत होतेच. पाच-दहा मिनिटांनी माझं लक्ष गेलं. घोड्याचा लगाम धरून जेनिया उभी होती. शेजारीच गाडीही उभी करून ठेवली होती. जेनिया गाडीच्या चाकावर उभी राहिली अन् टुणकन घोड्याच्या पाठीवर बसली. मी हे पाहिलं मात्र, "जेनियाऽ" मी जिवाच्या आकांतानं ओरडले. माझ्याकडे तिने पाहिलं अन् घोड्याच्या पाठीवर चाबूक उडवला. घोड्याने पुढचे पाय उचलले होते. हातात घेतलेलं भांडं तसंच तिथे टाकून मी अंगणात धावले; पण तोपर्यंत जेनियाला पाठीवर घेऊन घोडा सुसाट पळाला होता. पाहता पाहता जेनिया अन् घोडा दिसेनासे झाले. माझ्या हाता-पायांतलं त्राणच गेलं. जीव गेल्यासारखी मीही जमिनीला खिळून उभी राहिले. नको नको ते विचार मनात येऊन गेले. इतकंच काय, पण तेवढ्या वेळात जेनियाचं छिन्नविछिन्न शरीरही मी कल्पनेनं पाहिलं. हाता-पायावरून वारं गेल्यासारखी माझी अवस्था झाली.

मी किती वेळ अशीच उभी होते देव जाणे! पण थोड्या वेळाने फाटकातून घोडा जेनियाला घेऊन आत आलेला पाहिला. घोडा अंगणात थांबला, "आई, आम्ही आलो. काय मज्जा आली घोड्यावरून हिंडायला. मी आणखी जाऊ?" जेनिया मला विचारत होती. त्यावेळी मी घाबरले खरी; पण पुढे पुढे मात्र मर्यादित का होईना मी तिला मोकळीक दिली. तिला पहिल्यापासूनच प्राण्यांबद्दल प्रेम होतं.

आठवं वर्ष लागताच सेरेज्काला आम्ही दुसऱ्या शाळेत घातलं. सेरेज्का अभ्यासात खूप हुशार होता. वर्गात नंबरही चांगला असे. त्याच्यावर प्रेम करणारे त्याचे मित्रही खूप होते. सेरेज्का आपणहून कुणाशी भांडणतंटा करणारा नव्हता, खोडी काढणारा नव्हता; पण त्याच्या वाटेला जाणाऱ्याला मात्र तो चांगला धडा

शिकवी, त्यामुळे मुलं त्याला थोडी भीतही असत.

विशेष म्हणजे मुलं मुलींना त्रास द्यायला लागले, की हा मुलींचं रक्षण करायचा. त्यावेळी त्याची ठाम समजूत होती, की मुली दुबळ्या असतात अन् मुलांनी त्यांचं रक्षण करायला हवं.

आमच्या घरापासून थोड्या अंतरावर तलाव होता. शाळेतून आल्यावर खाणं-पिणं उरकल्यानंतर सेरेज्का कधी कधी तिथे मासे पकडायला जाई. तशी मी त्याला एकटं पाठवत होते खरी; पण तलावात पडणार बिडणार तर नाही ना, अशी भीतीही वाटायची. त्याला यायला उशीर झाला, की मी त्याला बघायला जायची.

एकदा असा त्याला उशीर झाला म्हणून मी तिकडे गेले. पाहते, तर एका दहा-बारा वर्षांच्या मुलीसमोर हा भाषण करत होता. धडाक्यानं एका हातात गळ टाकलेली दांडी धरलेली अन् दुसऱ्या हातानं हातवारे करीत भाषणबाजी चाललेली. हातातली झाडाची फांदी हलवत ती मुलगी उभी राहून भाषण ऐकत होती. मी आल्याचं त्यांच्या गावीही नव्हतं.

''सेरेज्का, माशानं आमिष खाल्लं.'' म्हणत मी त्यांचा समाधीभंग केला. ''खरं?'' सेरेज्कानं माझ्याकडे पाहिलं आणि म्हणाला, ''ही माझी मैत्रीण.'' तिथून निघताना मी त्या मैत्रिणीचा पत्ता घेतला. म्हटलं, ''तू का नाही आलीस आमच्या घरी?''

''सेरेज्काला पाठवलं असतंत तुम्ही आमच्या घरी?'' तिने थोड्या संकोचानं विचारलं.

''न पाठवायला काय झालं! तो त्रास तर देत नाही ना तुला?'' मी विचारलं. ''छे, मुळीच नाही. सगळ्या मुलांमध्ये हा एकटाच असा मुलगा आहे, जो आम्हाला त्रास देत नाही. फार चांगला आहे.'' हे म्हणताना ती लाजली होती एवढं खरं.

घरी आल्यावर सेरेज्कानं मला विचारलं, ''आई, मुलींशी मैत्री केल्यावर मुलं असं काहीतरीच विचित्र का गं बोलतात?''

मी म्हटलं ''मुलींशी मैत्री करताना लाजायचं काय कारण? समज आपली जेनिया मोठी होऊन शाळेत जायला लागली अन् एखादा मुलगा आपल्या मित्रांना म्हणाला, की हिच्याशी बोलायला तुम्हाला लाज कशी वाटत नाही? तर तू काय म्हणशील?''

''पण आई, जेनिया माझी बहीण आहे अन् बहिणीवर तसं प्रेम केलं जात नाही.'' सेरेज्का म्हणाला.

''प्रेम कसं? तू तर म्हणालास मैत्री. सेरेज्का, मैत्री अन् तू म्हणतोस तसं प्रेम यांत फरक आहे. तू अजून लहान आहेस.'' मी समजावलं.

''अग तेच तर मी मित्रांना सांगत असतो, की मैत्री करणं म्हणजे प्रेम नाही.'' सेरेज्कानं ठासून सांगितलं.

जेनियाच्या अडेलतट्टू स्वभावाचा मला फार त्रास व्हायचा. एकदा तर हद्दच झाली. जेनियाला एक काम करायचं होतं. ते तिला झेपणार नाही, याची मला खात्री होती. म्हणून म्हटलं, "तू ते काम नको करू."

"का नको करू? केलं तर काय होईल? झेपणार नाही म्हणजे काय?" जेनियानं विचारून विचारून हैराण केलं मला. तिच्या मानानं ते काम जड होतं; पण तिला पटेना. मग मीही म्हटलं करायचं नाही म्हणजे नाही.

"मग मी जाते घरातून निघून. मला नको तुझ्यासारखी आई." जेनिया बोलून गेली.

खरं तर मला भयंकर राग आला होता; पण शांत राहून मी म्हटलं, "ठीक आहे. जायचंय ना, जा; पण आत्ता लगेच." थंडीचे दिवस होते. मी तिला कोट घातला. मफलर बांधला. टोपी, हातमोजे घातले. बूट, मोजे घातले. स्वयंपाकघरात जाऊन ब्रेडचा एक चौकोनी तुकडा आणला. त्यावर मीठ, मिरपूड घातली. तो एका कागदात गुंडाळला.

जेनिया ही सगळी तयारी पाहत होती, पण चेहऱ्यावर मात्र पश्चात्तापाचं जराही नाव नव्हतं. कपडेही तिने निमूटपणे घालून घेतले. मी ब्रेडचा कागद तिच्या हातात दिला आणि जरा जोरातच दाराकडे ढकलत म्हटलं, "जा."

"मला नाही जायचं." ती म्हणाली.

"जा." म्हणून मी दरवाजा उघडून दिला. तिचा हात घट्ट पकडून मी तिला फाटकापर्यंत घेऊन गेले. मी फाटकाची कडी काढणार तोच ती म्हणाली, "मला जायचं नाही." आवाजही ताठ.

"तुला जायला लागेल. इथून जा अन् बघ दुसरी आई मिळत असेल तर. तुला नको आहे ना माझ्यासारखी आई?" मी 'माझ्यासारखी' या शब्दावर मुद्दाम जोर देत म्हटलं. तिने घट्ट धरलेला माझा हात मी झटकून टाकला.

'मला तुझ्यासारखी आई नको' जेनियाच्या या शब्दांनी मी पार घायाळ झाले होते. खरंच मी वाईट आई होते का? मग चांगली आई कशी असते? तू वाईट आई नाहीस ना? मग एवढ्या थंडीत, रात्री त्या पाच वर्षांच्या मुलीला चांगल्या आईनं घराबाहेर काढलं असतं? नाही, मी जेनियाला जाऊ देणार नाही. तिचं पाऊल जरा बाहेर पडलं, तरी उचलून घरात आणीन. तिचा हट्टी स्वभाव, अडवणूक करणं जायला हवं म्हणून ही धमकी आहे नुसती. खोटी खोटी शिक्षा.

प्रश्नही माझेच. उत्तरंही माझी.

जेनिया बाहेर. मी देहानं आत. मन मात्र बाहेर, जेनियाकडे. दरवाजा धाडधाड वाजू लागला. "आई परत नाही असं बोलणार, परत नाही असं करणार." जेनियाचा करुण स्वर. तिचा केविलवाणा चेहरा समोर येत होता.

"ठीक आहे, पण तुला दुसरी आई हवी आहे ना? त्याचं काय?"

मी आतूनच विचारलं.

"मला दुसरी आई नको, तूच हवी आहेस." जेनिया हुंदके देत बोलत होती, ते समजत होतं.

मी बाहेर गेले. फाटक उघडलं. जेनियानं मला मिठीच मारली. मीही तिला कडेवर घेतलं, घरात आले.

"हे बघ जेनिया," पण पुढे काही बोलावंच लागलं नाही. न सांगताच तिला सगळं काही कळलं होतं. मला घातलेली मिठी अधिक घट्ट होत होती. हो, एक सांगायचं राहिलंच. आपल्या वडिलांबरोबर घरी गेलेली आमची मुलगी लेना परत आली होती. आमच्या काही मित्रांकडून कळलं, की तिचे वडील गेल्यावर ती आपल्या सावत्र आईजवळ राहत होती. मी तिला लगेच पत्र लिहिलं होतं. तिचं उत्तरही आलं होतं, किरट्या अन् गिचमिड अक्षरातलं. पत्रात स्वत:च्या परिस्थितीचं वर्णन करून तिने शेवटी लिहिलं होतं, "आई, मी तुझ्याकडे परत येऊ?"

तिला एकदमच निघून ये म्हणणं, म्हणजे तिच्या सावत्र आईचा अपमान करणं होतं. मी पत्रात लिहिलं, सहज म्हणून भेटायला ये. आमचे एक मित्र तिच्या गावातच राहत होते. ते मॉस्कोला यायचे होते. त्यांनी लेनाला घेऊन यावं, असं मी त्यांना सांगितलं.

लेना यायच्या दिवशी मी स्टेशनवर गेले. खरंच, लेना खूप वाळली होती. माझ्या कुशीत शिरून एक उसासा सोडत ती म्हणाली, "आले एकदाची तुझ्याकडे, सुटले तिथून."

आता आमच्या घरी लेना, जेनिया, सेरेज्का मजेत राहत होते. आम्ही राहत होतो त्या गावच्या शाळेत चार वर्षं काढल्यावर सेरेज्काला दुसऱ्या शाळेत जावं लागलं. शाळा दूर होती. रेल्वेनं जावं लागे. एक पूलही उतरून जायला लागायचं. त्या शाळेतली मुलं खोडकर होती. सेरेज्का एखादे दिवशी मारामारी करून येतोय की काय याची मला रोज भीती वाटायची.

अलीकडे एक गोष्ट माझ्या लक्षात यायला लागली होती. सेरेज्का शाळेतून खूप उशिरा घरी यायचा. मी दोन-चार वेळा त्याला याबद्दल विचारलंही. कधी मित्राच्या घरी गेलो होतो, कधी जादा तास घेतला. कधी गाडी चुकली, अशी कारणं तो सांगत होता. त्याचं उशिरा येणं वाढायला लागलं, तेव्हा मात्र तो खोटं बोलतोय, असं मला वाटायला लागलं. कारणं सांगतानाही तो कधी कधी असं स्मितहास्य करायचा, की माझा संशय अधिकच बळावायचा.

एकदा मात्र मी अगदी खनपटीलाच बसले, तेव्हा एवढंच म्हणाला, "आई थोडी थांब. सगळं काही कळेल; पण काही वाईट गोष्टी करण्यासाठी थांबत नाही एवढा विश्वास ठेव." त्याला जास्त ताणण्यात अर्थ नव्हता; पण थोडा धीर धरायला पाहिजे, एवढं मी मनाशी ठरवलं.

एक दिवस फारच उशीर झाला. मला काळजी वाटायला लागली. लेना अन्

जेनियाला घेऊन मी पुलापर्यंत गेले. वाट पाहून माझा तर धीरच खचला. एवढ्यात "आई, लेना, जेनू, हे बघा मी काय आणलंय ते." सेरेज्का ओरडतच आला. त्याच्या हातात एक मोठ्ठं खोकं होतं.

"बघू बघू काय आहे ते." दोघी बहिणी त्याला दाखवण्याचा आग्रह करू लागल्या.

"अन् मी नाही दाखवलं तर?" सेरेज्काला चेष्टा करायची लहर आली.

"आई, तू सांग ना त्याला काय आहे ते दाखवायला." जेनिया म्हणाली.

लेना मात्र नाक उडवून म्हणाली, "नको दाखवूस दाखवायचं नसलं तर. आणला असशील काहीतरी कचरा भरून."

"अच्छा, असं काय, मग दाखवतच नाही तुला. बस तशीच." सेरेज्का. बहीण-भावंडांचं हे भांडण वाढतंय असं बघून मी म्हटलं, "बरं, घरी तरी जाऊ या अगोदर, मग बघू. इथं थंडीनं हात-पाय गारठायला लागलेत. चला लवकर." घरी गेल्यावर सेरेज्कानं दप्तरातनं एक बंडल काढलं अन् म्हणाला, "आई, हे तुझ्यासाठी आणलंय. उघड ना."

मी जरा घाबरतच बंडल उघडलं. ती लाकडाची खेळणी होती.

"सेरेज्का, कुठून आणलीस ही एवढी खेळणी?" मी विचारलं.

"आई, मी स्वत: बनवली आहेत." सेरेज्का शांतपणे म्हणाला.

"तू! हातानं बनवलीस? अन् केव्हा रे?" मी उत्सुकतेनं विचारलं. माझ्या आश्चर्याला पारावार राहिला नाही हे खरं.

"माझे शाळेतले काही मित्र आहेत, त्यांनी शिकवली." सेरेज्कानं सांगितलं. सेरेज्काची शाळा ज्या विभागात होती, तिथे खेळणी करणारे कारागीर राहत होते. त्यांची मुलं सेरेज्काचे मित्र होते. म्हणजे स्वारीच्या उशिरा येण्याचं कारण हे होतं तर. मी मनाशीच म्हटलं. मला सेरेज्काचा खूप अभिमान वाटला.

"सेरेज्का, खेळणी खूप छान झालीत; पण तू हे आम्हाला अगोदर सांगितलं नाहीस हे मात्र चांगलं केलं नाहीस. बघ ना, तू तिकडे खेळणी बनवायला शिकत होतास, म्हणजे चांगलं काम करत होतास अन् इथे तुझ्या काळजीनं मी हैराण झाले होते. कितीतरी बरे वाईट विचार मनात येत होते." मी माझ्या भावना त्याच्यापुढे व्यक्त करत होते.

सेरेज्का काहीच बोलला नाही. ऐकून घेत होता. जरा वेळानं त्यानं विचारलं, "आई, तुझ्याकडे शंभर रुबल्स आहेत? माझं काम झालं, की परत करीन तुझे."

मी म्हटलं, "परत देण्याचं राहू दे रे; पण कशाला हवेत ते तर सांगशील?" "माझ्या एका मित्राचा नातेवाईक सैन्यात भरती होतोय. तो आपलं खेळणी बनवण्याचं यंत्र विकणार आहे, ते घ्यावं म्हणतो."

"उद्यापर्यंत करते सोय." मी म्हटलं. विषय तिथंच संपला.

खरं तर डेव्हिडचा पगार फार होता अशातला भाग नव्हता. तीन मुलं, त्यांचा दुधाचा खर्च शिवाय सेरेज्काचं शिक्षणही चालू होतं.

मी यंत्र बघून आले होते. चांगलं होतं; पण तितके पैसे आत्ता हाताशी नव्हते. पण मी सेरेज्काला निराश करणार नव्हते. थोडे घरातले, थोडे उसने असं करून मी दुसऱ्या दिवशी सकाळी सेरेज्काच्या हातात पैसे ठेवले.

दुसऱ्या दिवशी सेरेज्का अन् त्याची मित्रमंडळी धापा टाकत ते अवजड यंत्र उचलून घरात घेऊन आली. डेव्हिडच्या अभ्यासाच्या खोलीत आम्ही ते यंत्र ठेवलं. खोली आता एखाद्या कारखान्यासारखी दिसू लागली होती. एका कोपऱ्यात धार लावण्याचं यंत्र, दुसऱ्या कोपऱ्यात खेळणी बनवण्याचं. घरात लाकडाचा कचरा इतका व्हायला लागला, की विचारायला नको; पण काही बोलून मी सेरेज्काला नाराज केलं नाही.

आता मात्र सेरेज्का शाळा सुटल्यावर तडक घरी येई. धार करण्याच्या कामातून, खेळणी बनवण्यातून थोडी रक्कम सेरेज्कानं जमवली. शेजाऱ्यांकडून उसने घेतलेले पैसे परत दिले. जमलेला सगळा पैसा सेरेज्का माझ्याकडे देई.

सेरेज्काचे एक एक छंद म्हणजे नामी होते. एक दिवस काय लहर आली कोण जाणे. त्यानं विचारलं, "आई मी कबुतरं पाळू?"

"बेशक." मी म्हटलं

"गच्चीवर त्यांच्यासाठी खुराडं बनवू?"

"बनव."

"लहान तारेची जाळी आणू त्यासाठी!"

"जरूर आण." सेरेज्काच्या अन् माझ्यातला हा संवाद. सेरेज्काचा आनंद ओसंडत होता. म्हणाला, "आई, तू इतर आयांपेक्षा किती वेगळी आहेस गं. माझ्या मित्राच्या आयांनी कबुतराचं नाव काढताच कपाळाला आठ्या घातल्या आणि तू तर मला खुराड्यासाठी जाळीपण आणू देणार आहेस."

मुलाकडून झालेल्या स्तुतीनं मी भारावून गेले. मला मुलांवर हुकूमत गाजवणारी आई म्हणून घ्यायचं नव्हतं. त्यांची मैत्रीण व्हायचं होतं.

एक-दोन दिवसांत खुराडं तयार झालं. सुटीच्या दिवशी सगळे बाळगोपाळ गच्चीवर जमायचे अन् मग कबुतरांचं गुटरगूं सुरू व्हायचं. मुलांचा हशा, शिट्ट्या यांना ऊत यायचा.

शाळेत जाताना सेरेज्का मला खुराड्याची किल्ली देऊन जायचा आणि ती कुणालाही द्यायची नाही, अशी सक्त ताकीद होती मला त्याची.

एकदा माझी प्रकृती ठीक नव्हती म्हणून निवांत पडले होते. सेरेज्का शाळेत गेला होता. तोच जेनिया धावत धावत आली. म्हणाली, "आई, आई तीन माणसं आली आहेत. तुझी चौकशी करताहेत."

"कोण आहेत?" मी विचारलं.

"माहीत नाही; पण रागावलेली दिसतायत. कबुतरांबद्दल तक्रार असावी." जेना म्हणाली. "ठीक आहे. बोलाव त्यांना आत–"

ते तिघंही आत आले. आमची प्रश्नोत्तरं पुढील प्रमाणे झाली.

"तुमचा मुलगा कबुतरं पाळतो?"

"हो, आहेत बरीचशी."

"आम्हाला दाखवता का?"

मी बुचकळ्यात पडले. काय करावं कळेना.

"त्याच्या परवानगीशिवाय मी कबुतरं कशी दाखवणार?" माझी शंका. हे बघा आम्ही कबूतर अड्ड्याचे अधिकारी आहोत. कबुतरं शिकवून तयार करतो. त्यातली काही कबुतरं हरवली आहेत. आजूबाजूचे लोक म्हणतात, ती तुमच्या मुलाकडे आहेत–" ते म्हणाले.

मला भयंकर राग आला.

"हे शक्य नाही. ही घ्या किल्ली. खात्री करून घ्या." असं म्हणत मी जरा रागानं किल्ली फेकली अन् गच्चीवर जायची वाट दाखवली अन् म्हणाले, "मला बरं नाहीये. मी वर येऊ शकत नाही.

पंधरा-वीस मिनिटांनी ओशाळवाणे होऊन ते खाली आले. म्हणाले, "आम्ही उगाच संशय घेऊन तुम्हाला त्रास दिला. माफ करा; पण तुमच्या मुलाची कबुतरांची निवड अतिशय चांगली आहे. आमच्या केंद्रावर येऊन तो आम्हाला भेटला, तर बरं होईल."

ते लोक निघून गेले.

सेरेज्का शाळेतून आल्यावर मी त्याला घडलेलं सगळं सांगितलं. तो एकदम म्हणाला, "आई त्यांना तू वरती कसं जाऊ दिलंस? तुझा विश्वास कसा बसला?"

मी म्हटलं, "अरे, मला खात्री होती, की त्यांना हवी असलेली कबुतरं इथं मिळणारच नाहीत. मला तुझा प्रामाणिकपणा दाखवायचा होता त्यांना, म्हणून किल्ली दिली."

सर्जी त्यांनी दिलेल्या केंद्रावर जाऊन आला, तेव्हा खूप खुश दिसत होता. त्यानं केंद्रातून आणखी काही जातींची कबुतरं आणली होती.

तशी आमची आर्थिक ओढाताण होतीच. डेव्हिड कारखाना सुटल्यावर दुसरीकडे दोन-तीन तास काम करत. मला वाटलं आपणही एखादी नोकरी करून हातभार लावावा; पण मुलांकडे कोण पाहणार, हा प्रश्न होताच.

घरबसल्या काहीतरी उद्योग, म्हणून मी पांढरे उंदीर पाळले. प्रयोगशाळेत त्याची गरज होती.

माझ्या या कामात घरच्यांनी खूप मदत केली. पुढे प्रयोगशाळेत बेडकांचीही

गरज आहे, असं त्या संस्थेनं मला सांगितलं. म्हटलं बेडूकही पुरवू या. मग तोही उद्योग सुरू झाला. सेरेज्का, लेना, जेनिया पुढे, मी पिशवी घेऊन त्यांच्या मागे. मुलं मोठ्या शिताफीनं बेडूक पकडायची अन् पिशवीत टाकायची.

दुसऱ्या दिवशी सेरेज्का रसायनशाळेत बेडूक देऊन यायचा. मिळालेल्या पैशातून सेरेज्का कधी कधी सर्वांसाठी खाण्याच्या वस्तू आणायचा.

कधी कधी पकडलेल्या बेडकांपैकी काही निरुपयोगी निघायचे; पण पकडण्याच्या मेहनतीचे म्हणून चार-दोन रुपये मिळायचे. तेही जास्तीचे. तसं म्हटलं तर हे जास्तीचे पैसे सेरेज्का स्वत:जवळ ठेवू शकला असता. त्यानं परस्पर खर्च केले असते, तर आम्हाला समजलंही नसतं; पण सेरेज्कानं असं कधीही केलं नाही. तरी पण एकदा नको ते घडलंच. त्याचं असं झालं– रात्रीची वेळ होती. मी खूप थकले होते. विचार केला, जरा लवकर झोपावं. दुसऱ्या खोलीत मुलं वाचत होती.

मी जवळजवळ झोपेच्या अधीनच झाले होते; पण त्या अर्धवट झोपेत मी एक आवाज ऐकला. जरा नीट ऐकलं. मुलांनी खोलीतला दिवा मालवला होता.

मला काहीतरी खाल्ल्याचा आवाज आला.

"काय रे, काय चाललंय?" मी माझ्या खोलीतूनच विचारलं.

"आई, आम्ही सफरचंद खातोय. हवंय तुला?"

"पण आज घरात सफरचंद नव्हतीच."

"सेरेज्कानं दिली."

"त्यानं कुठून आणली?"

"आम्हाला नाही माहीत."

"सेरेज्का कुठाय?"

"झोपला."

"अस्सं! तुम्हाला सफरचंद देऊन, तो झोपला?"

"नाही. त्यानं सुद्धा पोटभर खाल्ली."

वाटलं होतं आत्ताच्या आत्ता सेरेज्काला उठवावं; पण नाही उठवलं. मला मात्र चैन नव्हती.

सकाळच्या कामाच्या घाईत सफरचंद पुराण पार विसरून गेले. रात्री डेव्हिड घरी आले. त्यांनी विचारलं, "सेरेज्का कुठंय?"

"मित्राकडे गेलाय. का?" मी म्हटलं.

त्यांनी जे सांगितलं, ते ऐकून मला फार चीड आली. डेव्हिडचा मित्र त्यांना गाडीत भेटला होता. तो म्हणाला काल रात्री दहा-बारा पोरांनी त्याच्या सफरचंदाच्या बागेत धुडगूस घातला होता. त्यांत सेरेज्का होता. तो झाडावर चढून फांद्या हलवून हलवून सफरचंद खाली टाकत होता."

डेव्हिड म्हणाले, "तू त्याला काही बोलू नकोस. माझ्यावर सोपव." डेव्हिड फारसे चिडत नसत. जे करायचं, ते परिणामांचा विचार करून.

डेव्हिड अन् सेरेज्का काय बोलले माहीत नाही. घरातून जाताना दोघं अतिशय गंभीर होते. येताना मात्र एखाद्या मित्रासारखे हातात हात घालून हसत हसत आले.

सेरेज्का अभ्यासात ठीक होता; पण जेनियानं मात्र अभ्यासाबाबत फारच त्रास दिला. विशेषत: गणित म्हटलं, की तिला काय व्हायचं कुणास ठाऊक. सहामाहीत ती गणितात नापास झाली. पुन्हा बसावं लागलं परीक्षेला.

आपली मुलं आपल्याजवळ नीट शिकत नाहीत, हा तर नियमच असावा, असं वाटतं. जेनिया आमच्यापाशी शिकायची नाही, म्हणून आम्ही तिला मॉस्कोतल्या एका शिक्षकाकडे शिकवणीसाठी पाठवायला लागलो.

थोडे दिवस सगळं ठीक होतं. एक दिवस तिच्या शिक्षकांनी मला एक चिठ्ठी पाठवली. "आपली मुलगी एक आठवडा झाला, शिकवणीला येत नाही."

"जेनिया, आज तू काय शिकलीस?" शिकवणीहून आल्यावर मी तिला विचारलं. अर्थात, ती शिकवणीला जात नाही, हे मला माहीत असल्याचं तिला ठाऊक नव्हतं.

"आज ना, बेरीज." लगेच उत्तर.

"अन् मागच्या तासाला?"

"बेरीजच." बिनधास्त थाप.

"जेना बेटा, तू का जात नाहीस शिकवणीला?" मी अगदी मवाळ स्वरात विचारलं. जेना हमसून हमसून रडायला लागली अन् हुंदके देत सांगायला लागली.

"मी नाही मास्तरांकडे जाणार शिकायला. शिकवत नाहीत अन् काही नाही. नुसते रागावतात. म्हणतात, जा शेणाच्या गोवऱ्या थाप."

मी हळूहळू समजुतीनं तिच्याकडून काय झालं ते सगळं काढून घेतलं.

जेनियाला विषय समजायचा नाही. मग ती खिडकीतून बाहेर पाहायची. तिथून दिसणारे शेळ्या-मेंढ्यांचे कळप, घोडे, कुत्री, मांजरं यांच्यात ती रमून जायची. मास्तरांनी हे पाहिलं, की रागवायचे. म्हणायचे, "माझ्या शिकवण्यापेक्षा प्राणी महत्त्वाचे ना?"

"हो." जेनिया सहज म्हणाली.

मास्तर रागावले. त्यांनी पुस्तकं फेकून दिली आणि म्हणाले, "डोक्यात तर सगळं शेणच भरलंय. त्याच्या गोवऱ्या तरी थाप."

जेनियाचा अभ्यास इथे सुधारणं शक्यच नव्हतं. आम्ही तिला समजावून घेईल, असा शिक्षक निवडला. नंतर मात्र जेनिया सुधारली.

मुलांनी शाळेत दिलेलं होमवर्क व्यवस्थित आणि नियमितपणे केलं पाहिजे हा माझा कटाक्ष होता; पण शाळेतून आल्या आल्या मी मुलांना कधीच अभ्यासाला

बसवलं नाही. खाणं, खेळ सगळं झाल्यावर मात्र अभ्यासाला बसलं पाहिजे, हा नियम होता. मुलांना एकाच खोलीत तीन टेबलं मांडून दिली होती. आपापल्या जागी त्यांचे अभ्यास चालायचे. मीही माझं शिवणकाम, विणकाम असं काहीतरी घेऊन तिथे बसायची. कुणाला काही अडलं, तर सांगायची. माझं त्यांच्यावर लक्ष असायचं.

जेनिया अभ्यासाचा फार कंटाळा करायची. ती अभ्यासाचं ढोंग करी. अभ्यासाच्या पुस्तकांत गोष्टीचं पुस्तक घालून वाचायची. मला कळल्यावर मी एकदा-दोनदा तिला सांगून पाहिलं. मग मात्र मी उठून टेबलजवळ जायची. शांतपणे गोष्टीचं पुस्तक काढून घ्यायची. "आई, एकच मिनिट हं." पण हे मिनिट संपायचं नाही. मी जरा वरच्या स्वरात सांगायची, "जेनिया, अभ्यास व्हायला हवा." या वेळी तिची आदळआपट, चिडाचिडी, तोंडं वेडीवाकडी करणं कशालाच मी भीक घालायची नाही.

शाळेत पालक-शिक्षक संघ होता. सभाही व्हायची; पण वेळेचा अपव्यय या पलीकडे माझ्या पदरात काही पडलं नाही. मी खूप सूचना करायची. सुधारणा सांगायचे, तक्रारही करायचे. सगळे शिक्षक माझी चेष्टा करायचे. मला चक्रम, आगाऊ असले अभिप्रायही मिळाले. शाळेत शिकवल्या जाणाऱ्या पद्धतीवर माझा विश्वासच नव्हता. म्हणून मी मुलांकडे घरीच जास्त लक्ष देत असे.

❑

४

त्या दिवशी जे घडलं, ते जणू सगळ्या आयुष्यावर परिणाम करून गेलं. अगदी कोरल्यासारखं झालंय.

सेरेज्का नऊ वर्षांचा होता. एक दिवस शाळेतून आल्यावर खाता खाता म्हणाला, ''आई, मुलं म्हणतात की, मी तुझा मुलगा नाही.''

माझा वरचा श्वास वर अन् खालचा खाली राहिला. कुणीतरी माझ्या जिव्हारीच घाव घातला होता. इतके दिवस जे टाळायचा प्रयत्न करत होते, तेच नेमकं समोर येऊन ठाकलं होतं.

मनाची शांती अन् स्वरात संयम ठेवत मी विचारलं, ''कशावरून?''

सेरेज्का झटकन म्हणाला. ''बघ ना, माझे केस आणि डोळे भुरे आहेत. तू अन् बाबा काळे आहात.'' माझा जीव भांड्यात पडला. म्हटलं, ''वेडा रे वेडा. आई-वडिलांचा रंग, केस याचा इथे काय संबंध?''

मग मी त्याला आमच्या शेजारी राहणारे, ओळखी पाळखीतले अशा बऱ्याच लोकांची उदाहरणं दिली. ज्यांचे आई-बाप अन् मुलं यांच्या रंगरूपात खूप फरक होता. मी बोलत होते; पण सेरेज्काचं लक्ष बागेत होतं. बागेत जाताना म्हणाला, ''अगं, हेच तर मी मित्रांना सांगत होतो.''

त्यानंतर मात्र हा प्रश्न कधीच समोर आला नाही; पण तो दिवस अन् त्या

दिवसाचा सेरेज्काचा प्रश्न अजून मनात डाचतो आहे.

जीवन त्याच गतीनं चाललं होतं. डेव्हिड रोज सकाळी मॉस्कोला जात. मी हिवाळ्यात जरा उशिरा, पण उन्हाळ्यात मात्र लवकर उठायची.

सध्याचं आमचं घर चार खोल्यांचं होतं. एक झोपायची, दुसरं स्वयंपाकघर, तिसरी मुलांची आणि चौथी डेव्हिडची स्टडी रूम. याच खोलीत सेरेज्कानं त्याची हत्यारं, धार लावण्याचं, खेळणी बनवायचं यंत्र ठेवलं होतं. त्यात बुकबाईंडिंगचं मशिन. ते तो या शाळेत शिकला होता. त्याला छोटी-मोठी कामं मिळत. थोडी कमाईही होई.

खोल्या गरम ठेवण्याचं फार मोठं काम असे. जंगलात जाऊन लाकडं तोडून आणायची, कापायची हेही काम करावं लागे. लेना, सेरेज्का मला खूप मदत करायचे. ही कामं ते जेनियाला सांगत नव्हते. ती सकाळी उठून २-३ स्टोव्ह पेटवायची. एक मुलांच्या खोलीत, एक झोपायच्या खोलीत. एकावर दूध, कॉफी असलं काही.

माझंही काम होई. खोल्याही उबदार राहत. तोपर्यंत डेव्हिड उठत. त्यांना घरातून लवकर बाहेर पडावं लागे. पावणेसातची गाडी गाठावी लागायची; पण घरापासून स्टेशन मैल दीड मैल लांब होतं.

तसं म्हटलं तर आमचे दिवस कष्टात अन् गरिबीतच जात होते. दोन्ही मोठ्या मुलांना मिळून एक जोडी कातडी मोजे अन् एक जोडी गरम कपड्याचे मोजे. ती मोजे आळीपाळीनं वापरत. थंडी-पावसाळ्यात फार पंचाईत व्हायची.

त्या दिवसांत ससे पाळण्याची टूमच आली होती. आम्ही पण पाळले होते; पण सुखापेक्षा दु:खच जास्त. काही ना काही कारण व्हायचं अन् ससे मरायचे. मग मुलं रडायची, हे ठरलेलं.

मुलं शाळेत गेली, की माझं केरवारे करण्याचं काम सुरू होई. नंतर स्वयंपाक. वेळ कसा जाई, ते कळायचंच नाही. शाळेतून मुलं घरी यायची वेळ व्हायची. प्रथम जेनिया यायची. नंतर सेरेज्का अन् लेना.

मग संध्याकाळी खोल्या गरम करणं, मुलांची जेवणं, त्यांचे अभ्यास. डेव्हिडना यायला उशीर व्हायचा. त्यांचं जेवण होईपर्यंत मुलं आपली दुसऱ्या दिवशीची वह्या, पुस्तकं दप्तरात घालून ठेवायची.

कधी कधी आम्ही दोघं मुलांना गोष्टी सांगायचो. साधारणत: दहा वाजता आम्ही झोपत असू; पण झोपण्यापूर्वी सेरेज्कानं आपल्या बहिणींना एक लांबलचक गोष्ट सांगायची, हा नियम होता. सेरेज्कानंच तो केला होता.

ध्रुवप्रदेशात जाऊन तिथल्या अस्वलांची शिकार, हे कल्पनेचं मूळ. मग त्याला लागणारं जाळं कसं असतं? फास कसा लावायचा? हे तो अगदी

खुलवून सांगायचा. मुलीही तंद्री लावून ऐकायच्या. सेरेज्काची सांगण्याची पद्धतही फार छान होती.

त्याच्या रोचक कल्पनांच्या उड्डाणाला माझा विरोध नव्हता. मला माहीत होतं, की मुलांचा तो स्वभावधर्म असतो. कदाचित त्यांच्या पुढच्या आयुष्यात तो उपयोगीही पडला असता.

सेरेज्काजवळ प्रवासवर्णनाचं एक पुस्तक होतं. तो ते भावंडांना वाचून दाखवायचा. खोट्या खोट्या खेळात साहसी खेळ खेळताना मुलं स्वत:ला विसरून जात. त्यांच्या खोलीतला धांगडधिंगा ऐकून डेव्हिड म्हणायचे, ''सर्जीची स्वारी पुन्हा ध्रुव प्रदेशात निघालेली दिसतेय.''

सर्जीला शिकारीचाही नाद होता. नुसता नाद नाही, तर प्रत्यक्षातही तो उतरत असे.

एक दिवस मी अन् लेना सहजच जवळच्या जंगलात भटकंती करत होतो. अचानक माझा पाय जाळ्यात अडकला. ''हे जाळं इथे कुठून आलं?'' मी लेनाला विचारलं.

लेनानं काहीच उत्तर दिलं नाही.

मी जरा पुढे गेले, तर तसलंच आणखी एक जाळं दिसलं. थोडी मागे आले, तर तिथेही जाळं अन् जरा आजूबाजूला पाहिलं तर बरेच जाळ्यांचे फास लावलेले आढळले.

''अग लेना, हे काय गं?'' मी जरा घाबरूनच विचारलं. लेना पोट धरधरून हसायला लागली. मी हे काय म्हणून विचारत होते अन् लेना नुसती हसत होती. माझी उत्सुकता ताणली जात होती. मग म्हणाली, ''आई, मी तुला सांगीन, पण सेरेज्काला अजिबात सांगायचं नाही. काही विचारायचं नाही. नाहीतर तो माझा गळाच धरेल.''

''नाही बाई सांगत. का... ही विचारत नाही; पण सांग एकदाचं. बोल काय आहे हे?''

''चिचुंद्री पकडण्यासाठी जाळी लावलीयत ही. त्यानं बाजारात चिचुंद्रीच्या कातड्याची कॉलर पाहिलीन तेव्हापासून मातोश्रींना अशी कॉलर प्रदान करण्याचा बच्चमजींनी चंग बांधलाय.'' ती पुन्हा हसायला लागली अन् म्हणाली, ''इतकी सगळी जाळी लावली; पण एकही चिचुंद्री आली नाही. सगळ्या येतात, वास घेतात अन् छू मंतर करतात.''

लेनाला हसू आवरत नव्हतं.

''अग, पण ही इतकी जाळी त्याला मिळाली कुठून?'' मी विचारलं.

''बुकबाइंडिंगचे थोडे पैसे होते, त्यातनं आणली. पण आई, एकही चिचुंद्री आली नाही जाळ्यात. का कोण जाणे, तब्बल सहा महिने प्रयत्न चाललेत.''

निराश होऊन सेरेज्कानं हा नाद सोडला, पण तो मला कॉलर देण्यासाठी हे सगळं करत होता, याचं कौतुक वाटलं.

या घरात येण्यापूर्वी आमच्या मनात एक गाय घ्यायचं होतं. मोठ्या मुश्किलीनं पैसे जमवून आम्ही गाय आणली. छान होती. कपाळावर चंद्रकोरीच्या आकाराचा पांढरा डाग छान दिसत होता. आम्ही तिचं नाव भूरी ठेवलं. मुलं तिची छान तैनात ठेवत. काही दिवसांनी तिला एक वासरू पण झालं.

एकदा आमची भूरी गाय हरवली. त्यावेळी मी शहरात गेले होते. डेव्हिड त्यांच्या कामावर. घरी फक्त जेनिया होती. चुकून गोठ्याचं दार उघडं राहिलं अन् भूरी पळाली.

मला कळल्यावर मी ग्रामपंचायतीच्या ऑफिसमध्ये गाय हरवल्याची तक्रार नोंदवली. एक दिवस तर काहीच पत्ता लागला नाही. मग कळलं, की एका भटकणाऱ्या गाईला काही शेतकऱ्यांनी बांधून ठेवलंय.

मी अन् सेरेज्का भूरीच्या शोधात निघालो. घरापासून आठ मैल अंतरावर ते शेत होतं. कडाक्याची थंडी, पोटात भूक, थकलेले पाय.

शेवटी एकदाचं त्या शेताचं ठिकाण आलं. मुकादम आला. शेताचे कायदेकानून, अमकं-तमकं — खूप बडबड केली. शेवटी म्हणाला, ''गाय तर तुम्हाला देणं भाग आहे. या गाय शोधून घेऊन जा.''

सेरेज्कानं दुरूनच बोट दाखवत म्हटलं, ''ती काय आमची गाय, पलीकडं उभी आहे ती.''

भूरीला पाहिलं अन् इतका आनंद झाला. सेरेज्कानं तिला मिठीच मारली.

''आम्हाला एक दोरी देता का? बांधून नेऊ.'' सेरेज्का म्हणाला.

''ते ठीक आहे; पण गाईला नेण्याअगोदर तिचा इथे झालेला चारा-पाण्याचा सगळा खर्च द्यावा लागेल तुम्हाला.'' मुकादमाचं हे बोलणं ऐकून आम्ही दोघं एकमेकाकडे नुसते बघत राहिलो.

''किती खर्च झाला?'' मी भीतभीतच विचारलं. कारण त्यावेळी माझ्याकडे दहा रुबलची एकच नोट होती.

मुकादमानं बोटं मोजत हिशेब केला अन् म्हणाला, ''दहा रुबल.'' नोट त्याच्या हातावर ठेवून आम्ही गाय घरी घेऊन आलो. काळोख व्हायला आला होता. शेतात काही ठिकाणी कमी अधिक प्रमाणात बर्फ जमायला लागलं होतं. कधी कधी भूरीचे पाय गुडघ्यापर्यंत बर्फात रुतत. असाच एक ओढा पार करायचा होता. बर्फाचा थर पातळ, भुसभुशीत होता. भूरी अर्धी अधिक बर्फात रुतली. मी पुढून दोरी ओढत होते अन् सर्जी दुसरा एखादा चांगला रस्ता आहे का, ते बघायला गेला. भूरी हताश अन् करुण डोळ्यांनी माझ्याकडे बघत होती.

इतक्यात सर्जी आला. "आई, जरा थांब." असं म्हणत त्यानं बर्फ पायानं दाबायला सुरुवात केली. अक्षरश: लोळून लोळून तो बर्फ दाबत होता. मी इकडून भूरीला वर काढण्याचा प्रयत्न करत होते.

मी सर्जीकडे पाहत म्हटलं, "बेटा, बर्फाचा गारठा बाधेल." "काही नाही बाधत. हं, आता ओढ भूरीची दोरी. बघ भूरी वरवर येतेय." सर्जीच्या प्रयत्नाला यश आलं. भूरीला घेऊन आम्ही घरी आलो.

त्या दिवशीचं सर्जीचं वागणं, समजूतदारपणा, प्रसंगावधान सगळं मला एखाद्या अनुभवी माणसासारखं वाटलं. माझा ऊर अभिमानानं भरून आला.

घरी लेना, जेनिया आमची वाटच पाहत होत्या. भूरीला पाहताच, "भूरी आली, भूरी आली." म्हणत जेनिया तर नाचायलाच लागली.

एरवी गप्प गप्प असणारी, बावरलेल्या नजरेनं वावरणारी जेनी हीच का, असा मला प्रश्न पडला.

त्या दिवशी रात्री सगळे भूरीच्या तैनातीत होते. भूरी थंडीनं कापत होती. मुलांनी आपले गरम कोट तिच्या अंगावर घातले होते.

वसंत ऋतूत बगीचा थोडा वाढवावा, असं मला वाटलं. आम्ही बागेत काकडी, गाजर, कांदे लावले होतेच. बटाटे, टोमॅटो लावायचं मी ठरवलं होतं. काकडी, गाजराचं प्रमाणही जास्त जागेत वाढवावं, असं मनात योजत होते. बी-बियाणं आणण्यासाठी मला बऱ्याच वेळा मॉस्कोला जायला लागायचं. एक दिवस मॉस्कोहून परत येत होते. घरी आले, तेव्हा साधारणपणे सात वाजले होते.

स्वयंपाकघराच्या खिडकीतून एक वेगळंच दृश्य पाहिलं. सर्जी अन् लेना जेवणाच्या टेबलशेजारी खुर्चीवर बसले होते अन् जेनिया दूर एका खुर्चीवर बसून रडत होती.

मी कपडेसुद्धा बदलले नाहीत. वाटलं जेनियाशी यांचं नक्कीच भांडण झालं असेल. एरवी असं काही झालं, की जेनिया माझ्याकडे धावत येई. आज ती तिच्या जागेवरून उठलीसुद्धा नाही. उलट मी तिला कुशीत घेण्याचा प्रयत्न केला, तर तिने मला ढकलूनच दिलं. दात-ओठ खात म्हणाली, "राहू दे मला एकटीच. तू माझी सख्खी आई नाहीयेस."

मी सर्जी अन् लेनाकडे पाहिलं. लेनाही रागानं लाल झाली होती अन् रागावूनच माझ्याकडे पाहत होती. सर्जी मान खाली घालून बसला होता.

"अरे पण झालंय काय तुम्हाला?" मनातून चिडले होते, तरी शांतपणानं विचारलं. लेनानं उत्तर देण्यासाठी तोंड उघडलं. खुर्चीवरून एकदम उठली. काय झालं कोण जाणे, धक्क्यानं खुर्ची उलटली; पण तिच्याकडे कुणीच लक्ष दिलं नाही. सर्जी जसाच्या तसा खाली मान घालून बसला होता. जेनिया मोठाले डोळे करून

पाहत, ''तू माझी सख्खी आई नाहीच आहेस. मला सख्खी आईच नाहीये. तू माझी आई नाहीस–'' एवढं एकच वाक्य म्हणत होती.

आजपर्यंत मी मुलांना त्यांच्या जन्माबद्दल काहीच सांगितलं नव्हतं; पण आता समजतंय तेव्हा सांगून टाकावं, असं वाटलं.

''अरे पण काय झालंय, ते तरी सांगा.'' मी समजुतीच्या स्वरात म्हटलं. झाला प्रकार असा होता– डेव्हिडना जेव्हा रात्रपाळी असेल, तेव्हा मुलांपैकी कुणीतरी माझ्या खोलीत झोपायचं, असं ठरलेलं असे. आईच्या खोलीत झोपायला मिळणं हा मुलांना मोठा सन्मान वाटे.

डेव्हिडची रात्रपाळी होती, हे मुलांना माहीत होतं, त्यामुळे आज आईच्या खोलीत कुणी झोपायचं, यावर मुलांची चर्चा चालली होती. लेना स्वभावानं जरा रागीटच. तिने निक्षून सांगितलं होतं, की आज मी आईशेजारी झोपणार. तो माझा अधिकार आहे.

सेरेज्कालाही जोर चढला. तो लेनाला म्हणाला, ''चूप बैस. मोठी आली आहे आईशेजारी झोपणारी. तुला तो अधिकारच नाही. आई आमची आहे. तुझी आई दुसरी आहे. जा तिच्याकडे झोपायला.''

लेना कुठली गप्प बसायला! तीही म्हणाली, ''तुझीसुद्धा ती आई नाहीये. तुझ्या इतकाच माझाही हक्क आहे तिच्यावर. विश्वास नसेल, तर कान उघडे ठेवून ऐक. सेरेज्का, तुला एका आंधळ्या भिकाऱ्याकडून घेतलंय अन् जेनिया तुला अनाथाश्रमातून. मी सारातोवला होते, तेव्हा माझ्या सावत्र आईनंच मला हे सांगितलंय. तेव्हा आई जर माझी नसेल, तर मग ती तुमचीही नाही. आईवर आपला तिघांचा समान हक्क आहे समजलं?''

लेनाला वाटलं दोघं गप्प बसतील; पण कुठलं काय? सेरेज्कानं तिला दणके घालायला सुरुवात केली अन् जेनिया भोकाड पसरून रडायला लागली.

सेरेज्काचा राग जरा वेळानं कमी झाला; पण जेनिया मात्र हुंदके देत रडत राहिली.

सगळं ऐकून मी खरं तर चिडले होते; पण मनातल्या मनात माझी तरी अवस्था या मुलांहून कुठे वेगळी होती! सख्खी आई होती; पण तिचं प्रेम कधी मिळालं नाही. सीमा मावशीकडे मोठी झाले, अनाथालयात असल्यासारखी. त्या वेळेला जर मला माझ्यावर माया करणारी आई मिळाली असती, तर मी तिला आपलं म्हटलं नसतं का? मी स्वत:ला सावरलं. म्हटलं, ''ठीक आहे. कबूल, मी तुमची सख्खी आई नाही; पण त्यानं काही फरक पडतो आहे का? मी तुमच्यावर प्रेम करत नाही? तुमच्याकडे लक्ष देत नाही का? माझ्या वागण्यात तुम्हाला कठोरपणा, रुक्षपणा दिसतोय का? कितीतरी सख्खे आई-बाप आपल्या मुलांना मारतात. मी कधी

तुमच्या अंगाला बोट तरी लावलंय का? मारलंय तुम्हाला? केलीय कधी मोठी शिक्षा?''

मी बोलत होते; पण डोक्यात विचारांचं मोहोळ उठलं होतं; पण सांगत गेले. पटवता येईल, तेवढं पटवत होते.

काहीशी नाराजी, थोडी शंका अशा भावनेतून मुलं ऐकत होती. हळूहळू माझ्या बोलण्याचा परिणाम होतोय, असं दिसायला लागलं. जेनियाचं रडणं थांबलं होतं. लेना आपल्या मूळ रूपात येत होती. सेरेज्काच्या कपाळाला पडलेल्या आठ्याही नाहीशा झाल्या होत्या.

काही वेळ शांतता पसरली. मग एकदम सेरेज्का उठला. जेवणाच्या टेबलवर मूठ आपटत म्हणाला, ''काय चाललंय हे? बंद करा भांडाभांडी. ही चर्चा इथंच बंद व्हायला पाहिजे. सख्खी की सावत्र, हा प्रश्न नाही. ही आपली आई आहे. समजलं? चला आता मस्तपैकी चहा पिऊ या.''

सेरेज्कानं आपली आई म्हणताना 'आपली' या शब्दावर जोर दिला होता. सगळा मामला क्षणार्धात संपला.

प्रत्येकजण आपापल्या कामाला लागला होता. लेनानं पिशवी उघडून खायचे पदार्थ काढले. चहाची तयारी केली.

आम्ही हसत खेळत चहा पीत होतो.

जगातला कुठलाही मनोवैज्ञानिक त्यावेळी तिथे आला असता, तरी पंधरा मिनिटांपूर्वी इथं मानसिक, शारीरिक, शाब्दिक असं भीषण रणकंदन माजलं होतं, हे त्याला कळलं नसतं. या घटनेवरून एक गोष्ट लक्षात आली, की मुलांना त्यांच्या जन्माविषयी सारं काही जाणून घ्यायचंय. मग मीही काहीही लपवून न ठेवता सगळं सांगितलं. काही दिवसांनंतर मी त्यांना माझ्या लहानपणाबद्दल सर्व सांगितलं. मुलांनी ते अगदी लक्षपूर्वक ऐकलंही; पण मुलांनी त्याबद्दल नाराजी दाखवली नाही किंवा उलटसुलट काही प्रश्नही विचारले नाहीत. वाटत होतं, सेरेज्काला त्याच्या जन्माविषयी ऐकून काय वाटेल? त्याच्यावर काही विपरीत परिणाम तर होणार नाही ना? पण तसं काही झालं नाही. माझा संसार उद्ध्वस्त होता होता वाचला. माझ्या जन्माविषयी मला कळलं, तेव्हा मी खूप अस्वस्थ झाले होते. गोंधळले होते; पण आत्ता मुलांना कळतंय तेव्हाची अन् मला कळलं तेव्हाची परिस्थिती, यांत जमीन अस्मानाचा फरक आहे. सर्व कळूनही मुलांच्या मनात माझं आदराचं स्थान आहे हे पाहून खूप बरं वाटलं.

हल्ली हल्ली आमच्या घराच्या आसपास चोऱ्या व्हायला लागल्या होत्या. दोन-चार जणांच्याकडून त्यांना लुटल्याचंही ऐकलं. डेव्हिड बाहेर जात, तेव्हा रायफल सेरेज्काजवळ देऊन जात व जरा सावधगिरीनं वागण्याचा सल्ला देत म्हणत,

''सेरेज्का, घरच्या सगळ्यांची जबाबदारी तुझ्यावर आहे. तू घरातला पुरुषमाणूस आहेस.''

रात्री केव्हातरी कुत्रं भुंकण्याचा आवाज आला, की सेरेज्का बंदूक घेऊन अंगणात येई अन् जोरात विचारी, ''कोण आहे?'' उत्तर मिळत नसे. मग तो हवेत बार काढी. मी घरातून आवाज ऐकायचे अन् मनात म्हणायचे सेरेज्का आता जबाबदार माणूस व्हायला लागला. असंच एक दिवस रात्री मी माझ्या खोलीत मुलांना घेऊन झोपले होते. खरं तर मला झोप येत नव्हतीच. उगीचच कूस बदलत होते. एकाएकी कुत्र्याच्या भुंकण्याचा आवाज आला. सेरेज्काला प्रथम जाग आली नाही; पण कुत्र्याचं भुंकणं वाढलं. उगीच सेरेज्काची झोप मोडायला नको, म्हणून मीच बंदूक घेऊन बाहेर आले. जोरात विचारलं, ''कोण आहे?'' उत्तर आलं नाही, म्हणून बार काढायच्या बेतात होते. सेरेज्का माझ्याजवळ येऊन कधी उभा राहिला कळलंच नाही. बंदूक घेऊन त्यानंही दरडावून विचारलं, ''कोण आहे ते सांग, नाहीतर गोळीबार करीन.'' त्यानं एक बारही काढला. थोडा वेळ आम्ही पायरीवरच उभे होतो. ''चल आई आत, कुणी नाहीये.'' सेरेज्कानं माझ्या खांद्यावर हात ठेवला. आम्ही दोघं आत गेलो.

माझ्या बागकामातही मुलं मदत करत. बी पेरताना त्याची जात, लागवड, काळजी याबद्दल बोलणी व्हायची. खतं, पाणी याचप्रमाणे सगळ्याची माहिती व्हायची. आम्ही काकडी, कोबी, भोपळा, तसंच वसंत ऋतूत टरबुजं, सफरचंदाचीही झाडं लावली होती. गारठ्यापासून झाडांचं संरक्षण करण्यासाठी मुलं पालापाचोळा पेटवायची. मुलं मध गोळा करायलाही शिकली होती. झाडाला चीर पाडून तळाशी बाटली ठेवायची. रबरी नळीचं एक टोक खाचेत, एक टोक बाटलीत. मग जेवताना मजाच. सेरेज्का पक्ष्यांसाठी लाकडाची घरं बनवायचा. माझ्याजवळ एक पुस्तक होतं. मैना पक्षी पाळण्याच्या माहितीचं. मुलं ते आवडीनं वाचायची. ज्ञानात भर पडे. पक्षी पाळण्याच्या बाबतीत सेरेज्का अगदी मामाच्या वळणावर गेला होता. मिशाला पक्षी पाळायला आवडायचं. खरं तर तो निसर्गप्रेमीच होता. त्याबद्दलचं त्याचं ज्ञानही सखोल होतं. सुटीत तो यायचा, तेव्हा मुलांना निसर्गातील मनोरंजक माहिती सांगायचा.

सेरेज्काचं माध्यमिक शाळेचं शिक्षण पूर्ण झालं होतं. आता काहीतरी काम करून पैसे मिळवायचे असं त्यानं ठरवलं होतं. डेव्हिडनी त्याला त्याच्या या विचारापासून परावृत्त करायचा प्रयत्न केला. त्यांनी सेरेज्काला सांगितलं, की अगोदर शिक्षण पूर्ण कर, त्याशिवाय चांगली नोकरी मिळणार नाही. असं समजावून सांगितलं, पण... आमची सांपत्तिक स्थिती सेरेज्का जाणत होता. मीही नोकरीसाठी अर्ज केलेत, हे त्याला माहीत होतं. मॉस्कोमधल्या ज्या लॅबोरेटरीला मी उंदीर, बेडूक

पुरवत होते त्याच संस्थेनं मला, त्या जंतुशाळेची व्यवस्थापक म्हणून काम करावं, असं पत्र पाठवलं होतं. खरं आकर्षण म्हणजे मॉस्कोमध्ये राहण्यासाठी एक खोली मिळणार होती.

डेव्हिडची नोकरी मॉस्कोतच होती. लेना, जेनियाच्या माध्यमिक शाळेच्या शिक्षणाची सोय करायला हवी होती. सध्या आम्ही राहत होतो, तिथे ती व्यवस्था नव्हती. सर्जीच्या दृष्टीनंही गावात राहण्यापेक्षा इथे बरं पडलं असतं. विशेषत: हिवाळ्यात राहणं त्रासदायक होतं.

मॉस्कोमध्ये जी खोली मिळाली होती, ती खरं म्हटलं तर तबेल्याचाच भाग होता. ती सगळी इमारतच सर्कसच्या गोलासारखी होती. एखाद्या गोल भाकरीवर एखादा त्रिकोण बसवावा तसं दिसे; पण खोलीत नळ, खिडक्या, दिवाबत्ती सगळं होतं. ही फार मोठी जमेची बाजू होती.

प्रयोगादाखल मी एकटीनं तिथे राहायचं ठरवलं. डेव्हिड ओव्हरटाईमसाठी येत, तेव्हा मला भेटून जात. मुलांनी उन्हाळ्याची सुटी गावाकडे घालवायची असं ठरलं. तिथे एक नोकर ठेवला, मुलांचं करण्यासाठी. मी माझ्या कामाला सुरुवात केली अन् अक्षरश: बुडून गेले. सुटी मिळाली, की मी मुलांना गावाकडे भेटून येत असे.

पण काम करून पैसे मिळवायचे, हा हट्ट सर्जी सोडेना. एका कारखान्यात काम करायला त्यानं सुरुवातही केली होती. तिथे त्यानं हत्यारं बनवण्याची परीक्षा विशेष प्रावीण्य मिळवून पास झाला. कारखान्यातल्या कामाच्या वेळेनंतर त्यानं कॉलेजच्या शिक्षणासाठी एका क्लासमध्ये प्रवेश घेतला होता. खरं तर त्याच्या वयाच्या मानानं हे श्रम जास्त होते; पण मी त्याला अडवलं नाही. स्वत:ची कार्यक्षमता, ताकद, बुद्धिमत्ता ओळखण्याची ही संधी होती आणि त्यात काही नुकसानही नव्हतं.

सेरेज्काच्या पहिल्या पगाराचा तो दिवस मी कधीच विसरू शकणार नाही. गेले कित्येक दिवस त्याची लेना, जेनाबरोबर चाललेली कुजबूज मी बघत होते. आज त्याचा उलगडा झाला.

त्या दिवशी तो कामावरून घरी आला. आल्या आल्या त्यानं माझ्या हातात एक मोठी पिशवी दिली. म्हणाला, ''आई, हे तुझ्यासाठी.'' ''काय आहे ते सांग ना.'' मी म्हटलं. ''उघडून बघ ना!'' – सेरेज्का.

मी पिशवी उघडली. आत बुटाची एक सुंदर जोडी होती. जाड कातडी. वर कपडा, बैठ्या टाचेची. दिसायला हे बूट पुरुषाचेच वाटत होते.

माझा गळा भरून आला. मला बोलवेना. माझ्या गप्प बसण्याचा सेरेज्कानं चुकीचा अर्थ लावला. तो घाईघाईनं म्हणाला, ''आई, बूट जरा मोठे आहेत; पण

हरकत नाही. आत पुढच्या बाजूला लोकर घातली आहे आणि मोजे घातल्यावर अगदी फिट बसतील.'' मी पाहिलं. आत मोज्याचीही एक जोडी होती.

''सेरेज्का, इतके पैसे तुला मिळाले कुठून?'' मी आश्चर्यानं विचारलं. ''आज पगार झाला ना माझा.'' सेरेज्का आनंदानं म्हणाला. तेव्हा मला जाणवलं, की याच दिवसाची सेरेज्का गेले कित्येक दिवस तयारी करत होता.

कित्ती वर्षं झाली. बूट तर केव्हाच फाटले; पण मी ते अजून कागदात बांधून माळ्यावर ठेवले आहेत. माझ्या मुलाच्या पहिल्या पगाराची आठवण.

डेव्हिडनी आणि मी बरेच दिवस चर्चा करून एक पियानो घ्यायचं ठरवलं. नवीन घेणं शक्य नव्हतं; पण भाड्यानं घेणार होतो. आमच्या त्या तबेल्यासारख्या खोलीत पियानोनं चैतन्य आणलं. पियानोचे स्वर घुमू लागले. मी पियानोवर चॅपिन बाख याचं संगीत वाजवायची, त्यामुळे सेरेज्काला स्वरांचं ज्ञान फार लवकर झालं. लेना आपणहून पियानो वाजवायची, प्रयत्न करायची. जेनिया तशी सुस्तच अन् आळशीही. म्हणून विचार केला, की तिला एखाद्या संगीत शिकवणाऱ्या क्लासला घालावं. जवळपास तसा क्लास नव्हता, म्हणून जरा दूरच्या क्लासमधे नाव घातलं. फी तशी फार नव्हती; पण सध्याच्या आमच्या आर्थिक परिस्थितीच्या मानानं जास्त. तसं जरा जडच जाणार होतं; पण तिला संगीत यावं, अशी माझी फार इच्छा होती.

माझ्या प्रयोगशाळेचं काम मला दिवसभर पुरायचं. घर आणि प्रयोगशाळा जवळजवळ असल्यानं कामाचे ठरावीक तास नसत. जेनियाची संगीतातील प्रगती बघायला जायला मला वेळ मिळत नसे; पण ती नियमितपणे जात होती एवढं खरं.

एक दिवस सर्जी घरी आला, तो जरा अस्वस्थ होऊनच. मी विचारलं, ''काय झालं?'' ''मी आता रात्रीच्या शाळेत जाणं सोडून द्यावं म्हणतोय. कारखान्यातलं काम संपल्यावर मी ग्लाइडिंग शिकणार आहे.'' सर्जी म्हणाला.

''सर्जी, अशी धरसोड बरी नाही. तुझ्या वडिलांचंच उदाहरण देते. तुझ्या वडिलांना लहानपणी व्यवस्थित शिक्षण न मिळाल्यानं त्यांना अनेक अडचणींना तोंड द्यावं लागलं. आजही संधी मिळाली, तर त्यांची शिकण्याची उमेद आहे; पण त्यांच्यावर घरची जबाबदारी आहे. आज तुम्हा मुलांपुढे शिक्षणाचे सगळे रस्ते खुले आहेत. त्याचा उपयोग आपण करून घेतला नाही, तर आपल्यासारखे दळभद्री आपणच ठरू.'' मी सर्जीला समजावत होते; पण त्याचा काहीही उपयोग झाला नाही. त्यानं या कानानं ऐकून त्या कानानं सोडून दिलं. थोडी हताश होऊनच मी विचारलं, ''बरं, मग तू आता काय व्हायचं ठरवलं आहेस?''

''मला वैमानिक व्हायचंय.'' सर्जी शांतपणे म्हणाला.

यापूर्वी अनेक वेळा सर्जीनं मला त्याची ही इच्छा बोलून दाखवली होती; पण

लहान मुलांच्या अनेक कल्पना असतात. येतात-जातात, बदलतात. त्यातलंच एक हे, असं म्हणून आम्ही लक्ष दिलं नव्हतं; पण आता तर त्यानं त्याचं हे स्वप्न पूर्ण करण्याचे प्रयत्नही करायला सुरुवात केली होती.

संध्याकाळी सर्जीनं आपल्या वडिलांना हा निर्णय सांगितला. डेव्हिड म्हणाले, "ठीक आहे; पण त्यासाठी शाळेचं शिक्षण का सोडायचं?" "मला वैमानिक व्हायचंय. मग तेच शिक्षण घेईन. हे कशाला?"

सर्जीच्या या बोलण्यावर डेव्हिड म्हणाले, "सर्जी, अरे चांगलं शिक्षण घेतल्याशिवाय चांगला वैमानिक होता येणार नाही. तू तुझं हे शिक्षण पुरं कर. मग तुला हवं ते कर."

"पण मला वैमानिकच व्हायचंय."

सर्जीनं निर्वाणीचं सांगितलं अन् आम्ही अखेर हार मानली होती. जबरदस्ती करून काहीच चांगलं होणार नव्हतं.

या घटनेनं मी एक शिकले. सर्जीनं आमचं मत न घेता परस्पर आपल्या शिक्षणाची दिशाच बदलली होती. परिणामी जेनियाच्या बाबतीत मी थोडी सतर्क झाले.

एक दिवस मी जेनियाच्या संगीताच्या क्लासमध्ये गेले. "नमस्कार, मी जेनिया फ्लौमरची आई. ती आपल्या क्लासमध्ये येते. तिच्या प्रगतीविषयी विचारायला आलेय मी. बरं चाललंय ना?" क्लासच्या रिसेप्शनिस्टला म्हटलं.

माझा प्रश्न ऐकून तो माझ्याकडे पाहायलाच लागला.

"जेनिया फ्लौमर? आधी येत होती. आता तर ती दोन महिने येतच नाहीये." त्यानं मला सांगितलं.

"का?" मी विचारलं.

"मला काय माहीत? पण येत नाहीय हे खरं."

मला खूप संताप आला होता. कशीतरी क्लासच्या बाहेर आले. जेनियानं गणिताच्या वेळी जे केलं होतं, तेच ती आत्ताही करत होती अन् या वेळी तर संपूर्ण दोन महिने ती मला फसवत होती. मी गप्प बसते, याचा तिने फायदा घेतला होता. ती शिरजोर होतेय, असंही मला वाटलं. विचार करकरून डोकं दुखायला लागलं. मी तडक घरी आले. जेनिया एक पुस्तक वाचत होती.

"जेनिया, मी थेट टगांकडून येते आहे." माझा आवाज चढला होता. मला वाटलं जेनिया रडेल, चुकलं म्हणेल; पण झालं उलटंच. ती म्हणाली, "म्हणजे तुला सगळं कळलं म्हणायचं. बरंच झालं." तिचं आत्मविश्वासपूर्वक बोलणं ऐकून मी हैराण झाले. म्हटलं, "जेनिया, गेले दोन महिने तू मला फसवतेयस." "नाही आई, मी फसवत नव्हते." ती शांतपणे म्हणाली. "फसवणं म्हणजे आणखी काय असतं?" मी तिरकसपणे विचारलं. एक निःश्वास सोडत जेनिया म्हणाली, "आई,

मी तुला सगळं सांगते.'' झालं होतं असं– या संगीत वर्गात सगळी श्रीमंत मुलं यायची. त्यांचे कपडेलत्ते उंची किमतीचे असत. जेनियाचे बूट कापडी, तेही कुठे कुठे फाटलेले. तिच्या पायाच्या मापापेक्षा थोडे मोठे होते. कपडेही तसे बेतास बात. मुली तिला हसत, चेष्टा करत. एकदा पावसामुळे सगळीकडे चिखल झाला होता. बूट चिखलानं बरबटले होते. तिच्या चालण्यानं फरशीवर चिखलाचे डाग पडले होते.

एक मुलगी ओरडून ओरडून सगळ्यांना सांगत होती, ''बघा रे बघा, वर्गातली फरशी आता रस्ता व्हायला लागली आहे. ठिकठिकाणी डबकी होताहेत. आमचं लक्ष नसलं, तर आम्ही पडणार, आम्हाला सर्दी होणार. आमच्याकडे बर्फाचे मोजेही नाहीत. फक्त उन्हाळ्यातले बूट आहेत.'' बर्फाचे मोजे! जेनियाला काही कळत नव्हतं. कल्पनेच्या पलीकडलं होतं.

त्या दिवसापासून तिने क्लास सोडला अन् आजपर्यंत ती तिथे गेली नव्हती. तो वेळ ती एका स्टोअरमध्ये घालवी.

मी सगळं ऐकून घेतलं; पण विचारलं. ''वेळ घालवायला स्टोअरमध्ये कशाला जायचं?''

''आई बाहेर थंडी वाजायची; पण तुला सांगू? स्टोअरमध्ये बसत होते; पण एका पैशाचंसुद्धा काही घेतलं नाही. अगदी खायला सुद्धा. तू दिलेली फी, खर्चाला दिलेले पैसे सगळे जसेच्या तसे राखून ठेवलेत. तुला देण्यासाठी संधीची वाट बघत होते.''

जेनिया उठली. तिने एक लहान डबी माझ्यापुढं आणून ठेवली. ''पण मग जेना, खरं का नाही सांगितलंस? का फसवलंस? गणिताची गोष्ट विसरलीस वाटतं?'' मी अजून थोडी रागातच होते.

यावर खाली मान घालून जेनिया गप्प बसली; पण थोड्या वेळानं खाली मान घालूनच ती म्हणाली, ''खरं तर आई, हे सगळं मला कळत नसेल का? अन् मी सांगून तरी काय फायदा होणार होता? घरात दुसरे बूट आहेत कुठे? आणि समजा, तुला मी सांगितलं असतं, तर तुला किती वाईट वाटलं असतं? हो ना!'' आणि मी निघाले होते खोटं बोलल्याबद्दल जेनियाला शिक्षा करायला. जाब विचारायला!

ज्याला आपण मुलांचं वाईट वागणं म्हणतो, त्याच्या मुळाशी काहीतरी चांगलं असतं, याचा जेनियाच्या वागण्यामुळे मला पुन्हा एकदा अनुभव आला. मी जेनियाला कडक शिक्षा केली नाही, याचं फार बरं वाटलं. जेनियाची भावुकता मला कळली. वर्गात झालेला अपमान तिच्या सहनशक्तीपलीकडचा होता. तरी पण वास्तवाकडे लक्ष न देता कर्तव्यापासून दूर होणं, हेही मला बरोबर वाटलं नाही. म्हणून मी हळुवार शब्दांत तिला म्हटलं, ''जेनिया, एवढ्या लहानसहान गोष्टींकडे लक्ष द्यायचं नसतं.'' जेनिया गप्प बसली. मग मी तिला खरा अन् खोटा अभिमान यातला फरक समजावून

सांगितला अन् म्हटलं, ''जेनिया, अशा गोष्टी आपण मनावर घ्यायला लागलो, तर आपण आपल्याला जे करायचंय, ते करूच शकणार नाही.''

जेनियाला माझं म्हणणं पटलं; पण पुन्हा गाण्याच्या क्लासला जायला अन् बुडालेला अभ्यास भरून काढायला ती तयार नव्हती. मग मीच म्हटलं, ''जेनिया, दोन महिन्यांचा अभ्यास भरून काढणं तुला शक्य नाही. पुढच्या वर्षी अगदी पहिल्यापासून सुरुवात करू. राहिला बुटांचा प्रश्न, त्याची काळजी तू करू नकोस. हाताशी जरा पैसे आले, की आपण नव्या बुटांची जोडी घेऊ. मग झालं ना?''

मी जेनियाला कुशीत घेतलं. माझा आवाजही कातर झाला होता. सेरेज्का अन् जेनीनं शिकावं असं आम्हाला वाटत होतं; पण दोघांनीही आमची निराशा केली होती. आम्ही निराश झालो नाही; पण दु:ख मात्र झालं. मनावर दगड ठेवून आम्ही प्राप्त परिस्थितीशी जुळवून घेतलं होतं. निराशेत आणखी एक भर म्हणजे हल्ली लेना माझ्या चिंतेचा विषय झाली होती. तसं ती लहानपणापासून स्वत:ला हवं ते करणारी अन् लहरीच होती. एखाद्या दिवशी अंगात आल्यासारखी काम करेल, तर दुसऱ्या दिवशी अजिबात नाही.

खरं तर तिला शिवणकामाची खूप आवड होती; पण ही आवडही काहीशी विचित्रच. स्थिर नव्हती. हातात कात्री आली, की तिचे हात शिवशिवायला लागत. मग दिसेल ते कापड फाडायचं अन् पुन्हा ते तुकडे जोडून एखादा कपडा बनवायचा. कधी तो बऱ्यापैकी बनायचा, पण बहुतांशी कापडाचा सत्यानाशच.

एक दिवस तिला डेव्हिडचा जुना ओव्हरकोट उसवून सेरेज्काच्या मापाचा लहान कोट शिवायची लहर आली. मी तर घाबरूनच गेले. म्हटलं, ''लेना, नीट विचार करून उसव कोट. जुनं असलं, तरी त्याचं कापड चांगलं आहे अजून.''

''बघतच रहा तू.'' लेनानं ऐटीत सांगितलं. माझी शंका खरी ठरली. थोड्या वेळानं पाहिलं, तर हाताच्या बोटांवर कात्रीचं टोक नाचवीत लेना चिंतीत नजरेनं कोटाच्या तुकड्यांकडे पाहत होती.

''काय झालं लेना?'' मी विचारलं.

कोट परी कोट गेला अन् सेरेज्का कोटाशिवायच राहिला.

लेनानं कोटाची अंतिम क्रिया उरकलेली मला दिसली, ती मी एकदा गच्चीवर गेले तेव्हा. एका गाठोड्यात कोटाच्या चिंध्या आढळल्या.

तशी लेना जरा गर्विष्ठ अन् मत्सरी होती.

जेनियाचं डेव्हिडनी जरा जरी कौतुक केलं, तरी हिचं तोंड जे सुटायचं, ते विचारू नका. एकदा लेना बोलता बोलता म्हणाली, ''या घरात मी एकटीच मुलगी असते, तर बरं झालं असतं.''

जेनिया कुठली गप्प बसायला, तीही म्हणाली, ''एकटेपणापेक्षा मरण बरं.''

पुन्हा लेना म्हणाली, "आलीय मोठ्ठी अक्कल शिकवणारी. म्हणे मरण बरं."

लेनाच्या या आकांडतांडवानंतर जेनियापुढे दोनच मार्ग उरायचे, गप्प बसणं किंवा रडणं. आज मात्र बरोबरीनं भांडत होती. आज परिस्थिता अशी होती, की लेनाच रडायला लागली. म्हणाली, "सगळ्यांना माहीत आहे, तू बाबांची लाडकी आहेस ते."

एकदा लेनाला एक पत्र आलं. तिच्या आजीचं होतं. वडिलांची काकी, मामी कोणीतरी होती ती. आजारी असायची. म्हातारीही होती. तिने लेनाला बोलावलं होतं. लेना जायला उतावीळ झाली होतीच अन् या घरात मी एकटीच मुलगी असते, तर बरं झालं असतं, हे तिचं वाक्य मी विसरले नव्हते.

आमच्या घरची आर्थिक परिस्थिती लेनाला माहीत होती, त्यामुळे आजीला इथे आणायचा विचार तिने केला नाही.

एकदा मी बाहेरून आले, तर लेना रेल्वेचं टाइमटेबल घेऊन बसलेली. "लेना, तुला आजीकडे जायचंय?" मी विचारलं.

"कधी जाईन असं झालंय." लेनाचं उत्तर.

"पाठवायची व्यवस्था करते." मी म्हटलं. विचार केला, आत्ता नाही म्हटलं, तर पुढे हीच म्हणेल, त्यावेळी का नाही पाठवलंत मला?

मी तिचं सामान बांधलं. सोबतीला एक माणूस दिला आणि लेनाची रवानगी आजीकडे केली.

काही दिवसांनी लेनाचं पत्र आलं. पत्र आजीनं लिहिलं होतं. खुशाली बरोबरच लेनानं इथे कायमचं राहावं, आता माझ्यासारख्या म्हातारीजवळ कुणीतरी असावं, अशी इच्छा प्रगट केली होती. लेनानंही शेवटी दोन ओळी लिहिल्या होत्या. "आई, मला इथेच राहावंसं वाटतंय. परवानगी दे. इथे बागकाम शिकवणारी शाळा आहे. मी तिथे नाव घालणार आहे." वगैरे लिहिलं होतं.

पत्र छान होतं. वाईट अशाचं वाटलं, की ज्या कुटुंबात ती लहानाची मोठी झाली. त्या कुटुंबातल्या व्यक्ती– डेव्हिड, सेरेज्का, जेनिया यांच्याबद्दल अक्षरही लिहिलं नव्हतं. अर्थ उघड होता– लेना आमच्या कुटुंबात सुखी नव्हती.

लेनाच्या वागण्यानं माझी झोपच उडाली. भूतकाळ आठवायचा. निराशा यायची. वाटायचं, सेरेज्का अन् जेनिया एक दिवस असेच माझ्यापासून दूर तर नाही जायचे! त्यांना दोघांना आम्हाला काय वाटेल, हा विचार मनात येईल का नाही, असे विचार येऊन मी कासावीस व्हायची. डेव्हिड म्हणायचे, "नटाशा, अग ज्या कुटुंबात त्यांची स्वत:ची मुलं असतात, त्या कुटुंबातही असंच असतं. पंख आले, की पिलं उडणारच. ती नवं घर शोधणारच. हा सृष्टीचा नियम आहे. तारुण्यात असंच करतात सगळे. आपण तरी त्याला अपवाद कसे असू?" पण मुलांच्या वियोगाच्या विचारानंच मी धास्तावायची. वाटलं सेरेज्का अन् जेनिया फार लवकर लवकर मोठी होत आहेत.

सेरेज्का वडिलांबरोबर कारखाना अन् हवाईदल याबद्दल रोज चर्चा करायचा. मी प्रयोगशाळेतून घरात यायची, तर या दोघांची गरमागरम चर्चा चालायची. तीही बहुतेक यांत्रिकी विषयावर.

सर्जी ज्या कारखान्यात काम करत होता, तिथे त्याला भरलेल्या पिंपांची झाकणं उघडायचं काम होतं. सध्या ती उघडण्यासाठी जी पद्धत वापरली जात होती, ती फार वेळखाऊ होती. त्यात सर्जी सुधारणा करू पाहत होता. डिझाइन, येणारा खर्च याबद्दल तो वडिलांबरोबर बोलत असे. सगळं काम झाल्यावर त्यानं वडिलांना दाखवलं. नंतर कमिटीपुढे ठेवलं.

त्या दिवशी सर्जी कारखान्यातून आला, तो नाचतच. त्यानं जी पद्धत काढली होती, त्यानं कारखान्याच्या कामाची गती वाढली होती आणि त्याला बक्षीसही मिळालं होतं. मला त्याचा खूप अभिमान वाटला.

❑

५

जून महिना चालू होता; पण अजूनही बरीच हिरवळ होती. मी मॉस्कोला अन् मुलं खेडेगावातल्या घरी. मी दोन्हीकडे जाऊन येऊन होते. मी मुलांसाठी धान्यधुन्य, खायचे जिन्नस, आणखी काही गरजेच्या वस्तू घेऊन जायची. माझी खूप धावपळ व्हायची. मी माझ्या शक्तीपेक्षा जास्त काम करते आहे, याची डेव्हिडना फार काळजी वाटायची.

मलाही आता प्रयोगशाळेतल्या कामाचा कंटाळा यायला लागला होता. आत्ता कामाची घडीही व्यवस्थित बसली होती. माझ्याशिवायही ते काम होऊ शकलं असतं; पण मॉस्कोत राहायला खोली होती, ती सोडायला मात्र मन तयार होत नव्हतं.

बहुतेक जूनची सात तारीख असावी. मी गाडीनं शहरात येत होते. स्टेशनवर चिक्कार गर्दी होती. तशी मला घाई नव्हती, म्हणून मी गाडी थांबल्यावर गर्दी ओसरल्यावरच स्टेशनबाहेर आले. माझ्याबरोबर एक तरुण मुलगी होती. दोघी गप्पा मारत चाललो होतो. इतक्यात कुणीतरी माझ्या गुडघ्यांना हात लावतंय असं वाटलं, म्हणून मी खाली बघितलं– केसांना बऱ्याच दिवसांत तेलफणी न लागल्यानं भुरकट झालेले केस, अंगावर मळका असा एक कोट घातलेली एक लहान मुलगी मला दिसली.

"काय हवं बाळ?" मी विचारलं.

"मला भूक लागलीय." ती म्हणाली.

"कुठे राहतेस तू? तुझी आई कुठाय?" मी विचारलं.

"मला नाही माहीत." मुलगी म्हणाली.

तिनं माझ्या फ्रॉकचं टोक हातात घट्ट धरलं होतं. तिने मला ओढतच वेटिंगरूममध्ये नेलं. तिथे तिच्याच वयाची तीन-चार मुलं अंग आक्रसून, हात छातीशी घट्ट धरून कोपऱ्यात बसली होती. युनिफॉर्म घातलेली वेटिंगरूमची व्यवस्थापिका एका खुर्चीत बसली होती.

"ही मुलं कुणाची आहेत?" मी विचारलं.

कपाळाला आठ्या घालत ती चिडून म्हणाली, "तुला काय करायचंय?"

"ही मुलगी मला इथे घेऊन आली. तिला भूक लागली आहे. खायला मागत होती माझ्याकडे." मी सांगितलं.

"भूक तर लागणारच. टाकलेली मुलं आहेत ही." मेट्रनचा आवाज जरा खाली आला होता.

"टाकलेली म्हणजे?" मी विचारलं.

"फार सोपं आहे हे बाई. कुणीतरी यांना इथे आणून सोडतं. त्यांना माहीत असतं, मुलं मरणार नाहीत. निदान खायला तरी मिळेलच. स्टेशनमास्तर ती व्यवस्था करतो. मग कुणीतरी त्यांना घेऊन जातं. अनाथालयात पाठवतात नंतर." मेट्रननं माहिती पुरवली. मघाची ती मुलगी माझ्या पायांना हात लावून सारखी म्हणत होती, "मला भूक लागलीय, मला भूक लागलीय."

"आणि यांचे आईबाप?" माझा प्रश्न.

मेट्रननं करुण हसत हवेत हात उडवत म्हटलं, "कुणास ठाऊक?"

माझ्याबरोबर आलेली माझी मैत्रीण माझ्या शेजारीच उभी होती. मी तिला म्हटलं, "समोरच्या दुकानातनं मोठा ब्रेड घेऊन येतेस?"

ती गेली अन् मेट्रन जरा मोकळेपणानं बोलू लागली. म्हणाली, "पूर्वी अशा सोडलेल्या मुलांचं प्रमाण खूप असायचं. आता संख्या तशी कमी आहे. लोकही जबाबदारीनं वागतात. तरीही रोज एक-दोन असतातच." मैत्रिणीनं ब्रेड आणला. मी चारही मुलांना भरपूर ब्रेड दिला. तरीही ती छोटी मुलगी माझा फ्रॉक धरून ओढत होती.

"अजून हवाय ब्रेड? भूक भागली का?" मी विचारलं.

तिनं होकारार्थी मान हलवली. ती माझ्याकडे असं काही बघत होती, की माझ्या तोंडून सहज बाहेर पडलं, "मी हिला घरी घेऊन जाते."

"पण ती एकटी नाहीये. त्या तिकडे बाकावर तिचा भाऊ झोपलाय." मेट्रन

म्हणाली. ती छोटी मुलगी माझा फ्रॉक ओढून मला कुठे नेऊ पाहत होती, ते माझ्या लक्षात आलं.

मी त्या मुलाकडे पाहिलं. पाय पोटाशी घेऊन, अंगाची जुडी करून डोक्याखाली हात घेऊन ते मूल झोपलं होतं. अत्यंत अशक्त असं ते मूल, जेमतेम दीड वर्षाचं असेल. मी पाहिलं मात्र, मला भडभडूनच आलं. मनात म्हटलं, 'कसे हे आई-बाप एवढ्याशा मुलाला टाकून नशिबावर हवाला ठेवून निघून जातात?'

एवढ्यात ती मेट्रन आली. झोपलेल्या मुलाच्या डोक्यावरून हात फिरवत म्हणाली, "पूर्वी जरा निराळं होतं. हल्ली लहानसहान कामं करून जगण्याइतपत पैसे मिळतात. मग का आया मुलांना सोडतात कोण जाणे?"

मी तिला म्हटलं, "ते राहू दे. या दोन मुलांना मी माझ्याबरोबर घरी घेऊन जाणार आहे. मला कुणाला भेटावं लागेल?"

तिनं मला स्टेशनमास्तरच्या ऑफिसचा पत्ता दिला. मी लगेच तिकडे निघाले. त्यावेळी माझ्याबरोबर असलेल्या मैत्रिणीचाही मला विसर पडला होता. स्टेशनमास्तरकडे जाऊन मी मुलांबाबत सांगितलं. स्टेशनमास्तर आश्चर्यचकित होऊन म्हणाला, "पण या मुलांना नेऊन तुम्ही करणार काय?"

"साहेब, माझं गावात घर आहे. घरी गाय आहे. दुधाचा प्रश्न तर सुटेल. मे महिन्यापर्यंत तर काळजी नाही. तोपर्यंत ही मुलं खाऊन-पिऊन जरा सशक्त होतील. हिवाळ्यात बघता येईल एखाद्या अनाथाश्रमात सोय झाली तर." मी सांगितलं.

"फार बरं होईल." स्टेशनमास्तरला कदाचित माझा विश्वास वाटला नसावा म्हणून मी म्हटलं, "मास्तरसाहेब, मी कामावरून सहा वाजता परत येईन आणि घेऊन जाईन. तोपर्यंत मात्र या मुलांना कुठे सोडू नका."

"ठीक आहे. काळजी करू नका. नाही पाठवत कुठे मुलांना." मास्तर म्हणाले.

मी तडक आमच्या प्रयोगशाळेच्या ट्रेड युनियनच्या ऑफिसमध्ये गेले. युनियनचा अध्यक्ष एक तरुण डॉक्टर होता.

"नमस्कार. हे बघा, आजपर्यंत मी तुमच्या प्रयोगशाळेला मदत केली आहे. आज मला तुमची मदत हवी आहे." मी अजिजीनं म्हटलं.

त्याला माझ्या बोलण्याचा अर्थच कळेना. तरी म्हणाला, "जरूर मदत करू. सांगा, काय मदत हवी आहे?"

मग मी स्टेशनवरच्या मुलांबाबत सगळं सांगितलं आणि म्हटलं, "मला याबाबत युनियनकडून काही मदत नकोय. फक्त या मुलांची दोन रेशनकार्डं बनवून द्या, म्हणजे झालं."

त्यानं कबूल केलं.

बरोबर सहा वाजता मी सांगितल्याप्रमाणे स्टेशनवर गेले. सकाळी मुलं जिथे

होती तिथे गेले. पण लाल फ्रॉक घातलेल्या दोन सारख्या उंचीच्या मुली तिथे बसल्या होत्या. त्यांच्याशिवाय कुणीच नव्हतं. मी गोंधळात पडले. खरंच सकाळी आपण इथेच आलो होता का? असंही वाटलं. सकाळची मेट्रनपण नव्हती. दुसरीच कुणी होती. मी तिला विचारलं. ती म्हणाली, "मी चार वाजता ड्यूटीवर आले. त्या अगोदरचं मला माहीत नाही. त्या मुलांना मुख्य केंद्राकडे नेलं असेल. तिथून त्यांची अनाथालयात सोय करतील."

मी तडक स्टेशनमास्तरकडे गेले. त्यांना गाठलं. म्हटलं, "साहेब काय केलंत हे? मी तुम्हाला सांगून गेले होते ना! का पाठवलंत त्यांना दुसरीकडे?"

मला दु:ख, राग, चीड आवरत नव्हती.

"अरे बापरे, साफ विसरून गेलो हो." स्टेशनमास्तर म्हणाला.

मी अन् स्टेशनमास्तर मुली बसल्या होत्या, तिथे गेलो. मुली हाताची घडी घालून तशाच बसल्या होत्या.

स्टेशनमास्तर चेष्टेखोर वाटला. म्हणाला, "या दोघींना जा घेऊन. चांगल्या आहेत. सुंदरपण आहेत. सशक्त आहेत. यांनाही कुणीतरी टाकलंच आहे. यांना न्या अन् हे प्रकरण मिटवून टाका. आहे काय त्यात एवढं?" खरं तर मी त्याच्यावर रागावलेच होते; पण आवरलं स्वत:ला. मी म्हटलं, "नाही, मला ती दोन मुलंच हवी आहेत. ती खूप अशक्त आहेत. त्यांना माझी गरज आहे आणि साहेब, मी त्या दोन मुलांचा पत्ता लावल्याशिवाय राहणार नाही."

मी मुलांना ठेवायची जेवढी म्हणून ठिकाणं होती, त्यांचे पत्ते मिळवले. स्टेशनबाहेर आले. पर्समध्ये साठ-सत्तर रुबल्स होते. मनात म्हटलं एवढ्यात होईल काम अन् मी टॅक्सी पकडली.

एका अनाथालयात गेले. फाटकातच शिपायानं अडवलं. म्हणाला, "इथे फक्त चार वाजेपर्यंतच भेटता येतं मुलांना."

"खूप दुरून आलेय मी. काही करता येणार नाही का?" मी हात जोडून विचारलं.

शिपाई थोडा वेळ गप्प बसला; मग म्हणाला, "काय काम होतं तुमचं?"

"मला मुलांना भेटायचंय." मी म्हटलं.

"तुमची मुलं आहेत का?"

कसं कोण जाणे माझ्या तोंडून निघून गेलं. "हो माझीच आहेत. मला बघायचंय त्यांना."

हलक्या आवाजात तो म्हणाला, "मी मागच्या दारानं सोडतो तुम्हाला; पण कुणाला कळता कामा नये."

मी मागच्या दारानं आत गेले. आत फक्त बोळासारखा रस्ता होता. नंतर

आणखी एक दरवाजा होता. मी दार किलकिलं केलं. एक मोठा हॉल. त्यातच मुलं. सगळी अशक्त, रोगट, पोटं मोठी, हाता-पायाच्या काड्या, पेंगुळलेली. हॉलमध्ये एक मुलगी जोरजोरात फोनवर बोलत होती.

"हॅलो, क्षयरोग हॉस्पिटल का? औषधं पाठवून द्या लवकर. हॅलो, औषधं मागवली होती, लवकर पाठवा."

दुसरी एक मुलगी धावत आली. म्हणाली, "अशी काय ही माणसं? अजून औषधं पाठवली नाहीत. औषधं येईपर्यंत पोरं मेली नाहीत म्हणजे मिळवली."

"फोन केलास ना तू? काय म्हणतात?"

"पाठवतो म्हणाले. ही दूध पुरवणारी माणसंही तशीच. कधी मिळणाराय कोण जाणे?"

फोन करणारीनं मला पाहिलं. म्हणाली, "काय काम आहे?" मी का आले आहे, हे सविस्तर सांगितलं.

ती म्हणाली, "तुम्हाला हवी असलेली मुलं आम्ही कशी ओळखणार? तुम्हीच ओळखून घ्या; मात्र आमची तुम्हाला काही मदत होणार नाही. आम्ही आत्ताच ड्यूटीवर आलो. आम्हाला काहीच माहीत नाहीये. सॉरी." ती निघून गेली.

सगळी मुलं रडत होती; किरकिरत होती. सगळी एकसारखीच दिसत होती.

कुठे मिळायची यात माझी मुलं – मी मनाशी म्हटलं. इतक्यात सकाळी स्टेशनवर जसा माझ्या गुडघ्याला हलकासा स्पर्श झाला होता, तसाच आत्ताही जाणवला.

मी खाली बघितलं. तीच मुलगी. भुरकट केस, तोच कोट – मी चटकन तिला उचलून घेतलं. घट्ट आवळलं.

"तुझा भाऊ कुठे आहे?" मी विचारलं.

"मला माहीत नाही." ती पुढे काहीच बोलली नाही. मग लक्षात आलं, आपल्याला नावंच माहीत नाहीत यांची. म्हणून मी तिला विचारलं, "तुझं नाव काय?

"वाल्या." ती म्हणाली. वाल्या की वार्या कोण जाणे. "अन् तुझ्या भावाचं?" मी विचारलं. "वाशा." तिने सांगितलं.

मग मी तिला कडेवर घेऊन वाशा, वाशा अशा हाका मारत सुटले. हॉलभर हिंडायला सुरुवात केली. दोन-तीन मुलांनी वर बघितलं. पुन्हा हाका मारत सुटले. एका कोपऱ्यात अंगाची मुटकुळी करून पडलेला वाशा दिसला.

माझ्या कडेवर असलेल्या वाल्यानंही भावाला ओळखलं. वाशानं एकदा डोळे उघडले. क्षणार्धात मिटले. इतका तो अशक्त झाला होता. माझं आतडं पिळवटून निघालं. मी मोठ्या प्रयासानं रडं आवरलं.

"मिळाली तुमची मुलं?" त्या मुलीनं आत येत विचारलं.

"हो मिळाली. आता सांगा मला कुठे कुठे सही करावी लागेल? मी आत्ताच घेऊन जाणार आहे माझ्याबरोबर यांना."

फॉर्म भरणं, सह्या करणं याला वेळ लागला नाही. त्यांनी माझं नाव, गाव, पत्ता सगळं लिहून घेतलं.

उजव्या हातात एक मोठी पिशवी, डाव्या हातात सामानासाठी केनची बास्केट. मी एका हातानं वाल्याला अन् दुसऱ्या हातानं वाशाला उचलून घेतलं. वाशानं लगेच खांद्यावर मान टाकली. तिथल्या काम करणाऱ्यांना नमस्ते करून मी बाहेर आले. या वेळी मात्र मागच्या नाही– पुढच्या दरवाज्यानं, दिमाखात. येताना होता, तोच शिपाई फाटकापाशी उभा होता.

"अच्छा, ही तुमची मुलं का? मग त्याच वेळी का नाही मला सांगितलंत, की तुम्हाला मुलं दत्तक घ्यायचीत!" तो हसत म्हणाला.

दोन पिशव्या, दोन हातांत दोन मुलं... मला चालताना त्रास होतोय, हे त्याला दिसलं असावं. तो म्हणाला, "मी एक युक्ती सांगू का? टोपली रिकामीच आहे ना? म्हणजे आपली ही बास्केट हो."

"हो रिकामीच आहे." मी म्हटलं.

"मग त्यात निजवा मुलाला. आरामात निजेल. खांदा अवघडेल नाहीतर." मला मुलाला बास्केटमध्ये निजवायला संकोच वाटत होता; पण तोच म्हणाला, "त्यात संकोच काय वाटायचा, मुलाला आराम मिळाल्याशी काम." त्यानं वाशाला टोपलीत ठेवायला मला मदत केली. ठेवताक्षणी वाशा झोपून गेला.

हे सर्व होत असताना आमच्याभोवती गर्दी जमत होती. विशेषतः बायका निरखून पाहायच्या.

मग शिपाईच म्हणाला, "या बाईंनी दोन मुलांना दत्तक घेतलंय. वाल्या माझ्याजवळ उभी होती. तीपण थकून गेली होती.

एवढ्यात एक स्त्री गर्दीतून पुढे आली. म्हणाली, "मी तुम्हाला मदत करू का? टोपलीचा एक बंद तुम्ही धरा, एक मी धरते म्हणजे तुम्हालाही वजन पडायचं नाही. मुलालाही त्रास व्हायचा नाही."

एवढ्यात दुसरी स्त्री पुढे आली. "मी या मुलीला कडेवर घेते. आम्ही तुमच्याबरोबर येतो." म्हणत तिने वाल्याला कडेवर घेतलं. आम्ही निघालो. शिपाई म्हणाला, "ताई, परमेश्वर तुमच्या मुलांना अन् तुम्हाला सुखी..." त्याला पुढे बोलवेना. त्यानं मान वळवली अन् मी त्याला डोळे पुसताना पाहिलं.

ट्रामचं स्टेशन माझ्या घरापासून दूर होतं, म्हणून मी पुढच्या चौकात टॅक्सी करायचं ठरवलं; पण टॅक्सीसाठीही मोठ्ठी रांग होती.

माझ्याबरोबर आलेल्या दोन बायकांपैकी एकीनं मोठ्यांदा सगळ्यांना सांगितलं,

"लोक हो, या माझ्या मैत्रिणीला तिच्या आजारी मुलांना घेऊन लवकर घरी जायचं आहे." दुसरी म्हणाली "ही तिची स्वत:ची मुलं नाहीत. तिने दुसऱ्याची मुलं दत्तक घेतली आहेत."

टॅक्सी मिळाली. लोकांनी खूप सहकार्य केलं. कुणी दरवाजा उघडला. पिशव्या आत ठेवल्या. वाशा निजलेली टोपली अलगद सीटवर ठेवली. लोकांचं हे प्रेम पाहून मी भारावून गेले.

माझ्या मैत्रिणींनी हात हलवून माझा निरोप घेतला. टॅक्सी सुरू झाली आणि माझ्या लक्षात माझीच चूक आली. घाई गडबडीत मी माझ्या मैत्रिणींची नावं, पत्ते काही विचारलं कसं नाही? पत्ता मिळाला असता, तर पत्र पाठवून आभार तरी मानले असते. फार अपराध्यासारखं वाटलं.

वाशा टोपलीत झोपला होता. झोपला होता की अशक्तपणामुळे बेशुद्ध झाला होता, कोण जाणे? वाल्या मात्र माझ्या रेनकोटमध्ये गुडुप्प झोपली होती.

मी प्रयोगशाळेच्या फाटकापाशी आले. चौकीदारानं आमची वरात पाहिली मात्र, तो आश्चर्यानं पाहायलाच लागला.

"बाई, हे काय आणलंत हो?" त्यानं घाबरतच विचारलं.

"आता बोलत बसू नको. हे घे पैसे. टॅक्सीचं भाडं दे." त्यानं वाशाची टोपली घेतली. मी वाल्याला अन् एक पिशवी घेऊन उतरले.

प्रयोगशाळेतील माझ्या मैत्रिणीही आल्या. म्हणाल्या, "बाई गं! ही तर सशाच्या पिल्लासारखी दिसतायत. किती अशक्त आहेत ना!"

मी त्यांना झटपट पाणी गरम करायला सांगितलं. मुलांना अंघोळ घालायला हवी होती. अंघोळ झाल्यावर दोन खुर्च्या एकमेकाला जोडून ठेवल्या. एका रिकाम्या पिशवीत मऊ गवत भरून बिछाना केला. वाल्या हे सगळं बघत होती.

त्या दिवशी जेनिया गावाकडून अचानक मॉस्कोला आली. ती गुपचूप उभं राहून बघत होती. ती एक शब्दही बोलली नाही. डोळ्यांत एक प्रकारचा तटस्थ भाव होता.

मी तिला किती वेळा तरी म्हटलं, "जेनिया, बघ तरी किती छान मुलं आहेत. ये ना."

ती जागची हललीसुद्धा नाही.

आम्ही मुलांना अंघोळ घालत होतो, तेव्हाच सेरेज्का कामावरून आला. आमचा हा सगळा पसारा पाहून तो फक्त बघतच राहिला. उंबरा ओलांडून आतही आला नाही.

आज प्रथमच माझ्या मनात आलं की, मुलं आता मोठी झालीत. त्यांना माझं हे करणं आवडलं नाही तर? मी कसंबसं म्हटलं "मला ही मुलं स्टेशनवर सापडली." त्यानंतर जे घडलं, ते मी सगळं त्याला सांगितलं.

“ठीक आहे, ठीक आहे.” सेरेज्का म्हणाला. त्याच्या या उद्‍गारानं मला धीर आला. मी म्हटलं, “सेरेज्का, या मुलांना इथं आपल्या घरी चांगलं खायला मिळेल. औषधपाणी होईल. त्यांची तब्येत जरा सुधारली, की मग पुढे त्यांना एखाद्या अनाथाश्रमात ठेवायचा विचार करू.

“पुढचं पुढे बघू. आता आणलीयत ना, मग झालं तर.” ठीक आहे. सेरेज्काला काय म्हणायचं होतं, हे त्याचं त्यालाच कळत नसावं असं वाटलं. सारखं ‘ठीक आहे, ठीक आहे’ म्हणत होता.

सेरेज्का मुलं निजली होती तिथे आला. तो त्यांच्याकडे टक लावून बघत होता. अगदी निरखून पाहत होता.

“अच्छा, एकंदरीत असं झालं तर.” असं म्हणून सेरेज्का त्याच्या खोलीत निघून गेला. जेनिया मात्र अजून कोपऱ्यात मख्खपणे बसली होती.

मुलांना अंघोळ घातल्यावर मी त्यांना काहीतरी खायला द्यायचा विचार करत होते. मुलं अशक्त, म्हणून पाण्यात पीठ कालवून कांजी करायचा बेत होता. “घरात दुसरं काही नाहीये का?” सेरेज्कानं विचारलं.

“नसायला काय झालं? जेवण तयार आहे; पण बघतोयस ना, मुलांची पोटं कशी फुगलीत ती. त्यांना जड अन्न पचणार नाही. वाल्या थोडं खाऊ शकेल; पण वाशाचा प्रश्न आहे.” मी म्हटलं. वाल्यानं थोडं खाल्लं, वाशा मात्र कसाबसा दोन चमचे पेज प्यायला. पोटात थोडं अन्न जाताच मुलं गुडुप्प झोपली. इतकी, की घोरायला लागली.

मी, जेना अन् सर्जी जेवायला बसलो. नव्या मुलांबाबत कोणीच काही बोलली नाही.

जेना काही न बोलता जेवत होती. सर्जी कारखान्यातल्या कामाबद्दल बोलत होता.

मी मात्र आता जरा साशंक झाले होते. नवरा घरी आला, तर मुलांना पाहून काय म्हणेल या विचारानं. तसं म्हटलं, तर डेव्हिडचा स्वभाव मला चांगला माहिती होता. आजाऱ्याची सेवा, दुखणाइत मुलांची देखभाल याला त्यांची हरकत असणार नाही; पण आता पन्नासाव्या वर्षी दोन मुलांना दत्तक घेणं शहाणपणाचं नव्हतं, हेही खरं.

जेनिया झोपायची तयारी करत होती. अजून ती गप्पगप्पच होती. अगदी तोंड शिवल्यासारखी. नुकत्याच झोपलेल्या मुलांकडे मी पाहत होते. सेरेज्का पण शेजारी उभा होता. “जरा थंडी कमी झाली, की यांना कुठल्यातरी अनाथाश्रमात ठेवू.” माझा स्वर थोडा निश्चयाचा होता.

“नाही, अजिबात नाही. अनाथालयात ठेवायची काही जरूर नाही. राहू देत इथे. करू या काहीतरी, होईल सोय.” एवढं बोलून सर्जी त्याच्या खोलीत निघून गेला.

नेहमीप्रमाणे त्यानं मला गुडनाइटही म्हटलं नाही.

मी एकटीच जागी. सगळे दिवे मालवलेले. फक्त टेबलावरचा दिवा लावलेला. घरातली शांतता मला सहन होत नव्हती. तसं म्हटलं, तर खूप दगदग झाली होती. शारीरिक अन् मानसिकही.

मी स्टोव्ह पेटवून पाणी तापत ठेवलं. तेवढ्यात डेव्हिड आला. मी जेवायची तयारी करायला लागले. ''काय, कसं काय?'' असं नेहमीसारखं विचारलं आणि त्यांचं लक्ष जोडलेल्या खुर्च्यांकडे गेलं. चटकन म्हणाला, ''हे काय?''

सकाळपासून जे जे घडलं होतं ते सगळं मी त्यांना सांगितलं. डेव्हिड शांतपणे ऐकत होते. संमती किंवा नाराजीचं कोणतंच चिन्ह त्यांच्या चेहऱ्यावर नव्हतं. ती मुलं झोपली होती, तिथे गेले अन् टक लावून पाहू लागले.

''नटाशा, फार लहान अन् अशक्त मुलं आहेत ही. या वयात तुला हे सगळं कसं झेपेल? फार दगदग होईल.'' डेव्हिड काळजीच्या स्वरात म्हणाले.

मी म्हटलं, ''सध्या उन्हाळा आहे. मी त्यांना गावाकडे घेऊन जाईन. जुलैमध्ये रजा घेईन आणि शरद ऋतूत त्यांना एखाद्या अनाथालयात ठेवू. तोपर्यंत त्यांची तब्येतही सुधारेल.''

''अनाथालयात? बरं, बघू पुढचं पुढे.'' बोलताना डेव्हिडचा आवाज नाही म्हटलं तरी कातर झाला होता. वाढलेलं जेवण गार व्हायला लागलं होतं. डेव्हिड नुसतेच खुर्चीवर येऊन बसले. मी म्हटलं, ''जेवा ना!'' ''हो हो जेवतो ना!'' असं म्हणाले खरं; पण ताट-वाटी, भांडं एका बाजूला सरकवत म्हणाले, ''जेनिया अन् सेरेज्काचं याबाबत काय म्हणणं आहे?''

''जेनिया सकाळपासून गप्पच आहे. चकार शब्द बोलली नाही; पण सेरेज्का मात्र म्हणाला, की आपण करू काहीतरी सोय; पण मुलांना इथंच राहू दे.'' मी सांगितलं.

''सर्जीचं म्हणणंही खरं आहे. करू काहीतरी सोय.'' डेव्हिड म्हणाले. जणू ते सर्जीच्या अनुमतीचीच वाट पाहत होते.

जेनियानं मात्र मुलांना स्वीकारलं नव्हतं, असं दिसलं. ती त्यांचा द्वेष करायची. त्यांच्याकडे पाहतानासुद्धा तिची नजर 'काय ब्याद आहे' अशा अर्थाची असायची.

तसं ती मुलांचं करताना मला मदत करायची. म्हणजे त्यांची अंघोळ, कपडे घालणं वगैरे बाबत. खेळायचीसुद्धा; पण ते करण्यातसुद्धा तिला हेच सांगायचं असायचं, की हे सगळं मला पसंत आहे म्हणून नव्हे, तर मी तुला मदत करते आहे, कारण तुला त्रास होतोय हे मला दिसतंय.

एकदा आम्ही गावाकडे निघालो होतो. मी वाशाला कडेवर घेणार तेवढ्यात ती म्हणाली, ''दे, मी घेते कडेवर.'' आणि खरंच सबंध रस्ताभर तिने वाशाला पाठुंगळी घेतलं होतं. मुलं अशक्त होती, तोवर जेना त्यांचं करायची.

वाल्या मोठी अन् जरा सशक्त झाली, हालचाल करू लागली, तशी हिची भुणभुण सुरू झाली. त्याचबरोबर चिडचिड. वाल्याला मी लाडानं मांडीवर घेतलं, की म्हणायची, ''चल हट इथून. माझ्या आईला त्रास देऊ नको.'' अर्थात, त्यावेळी 'माझ्या' शब्दावर जोर असायचाच. वाल्या अन् वाशाला हे काहीच कळत नव्हतं. तीही मला 'आई, आई' म्हणायची. डेव्हिड सुटीच्या दिवशी गावाकडे यायचे. ते वाल्या अन् वाशाचे लाड करायचे, हे जेनियाला बघवायचं नाही. वडील आलेले पाहताच ती धावत जाऊन त्यांचा हात धरून त्यांना वाल्या अन् वाशापासून ओढत दूर नेई. तिने वाशा, वाल्याला ताकीद दिली होती, की डेव्हिडला काका म्हणायचं, बाबा नाही.

एक दिवस जेनिया अन् वाल्या बागेत बसून बोलत होत्या. जेनियानं आपल्या वडिलांकडे बोट दाखवत म्हटलं, ''ते बघ, तुझे काका येताहेत. त्यांना काका म्हणायचं समजलं? काका.'' आणि वाल्या तितक्याच जोरात म्हणत होती, ''काका नाही - बाबा.''

वाल्या ऐकेना. तिनं जेनियाच्या हातातली झाडाची फांदी हिसकावून घेऊन फेकून दिली अन् पळून गेली. मी पाहिलं तर हिरवळीवर पालथं पडून जेनिया हुंदके देऊन देऊन रडत होती.

''काय झालं बेटा जेनिया?'' मी तिच्याजवळ बसत विचारलं.

''बघ ना, किती वेळा सांगितलं, ते तुझे काका आहेत. त्यांना काका म्हण म्हणून; पण ऐकतच नाहीये. आई, ते माझे बाबा आहेत.'' जेनिया आणखीनच रडायला लागली. आता तिने हात-पाय आपटायला सुरुवात केली होती.

मी तिला समजावत म्हटलं, ''जेनिया, वाल्यानं अन् वाशानं आम्हाला आई-बाबा म्हटलं म्हणून आमचं तुझ्यावरचं प्रेम कमी होणार आहे का? आता तूच बघ, वाल्या अन् वाशा किती लहान आहेत. आपल्याशिवाय त्यांना दुसरं कोण आहे का? सांग बरं.''

जेनियाचे हुंदके चालूच होते. मुलं घरी आली, त्या दिवशी सर्जी कसा वागला होता, ते प्रकर्षानं आठवलं. मोठ्या मुलांना लहान मूल आपल्या प्रेमात भागीदार झालेलं आवडत नाही. त्यांच्या विरोधाचं हेच कारण असतं.

त्यानंतर मात्र जेनियाचं वागणं खूप सुधारलं. किमान त्या मुलांना ती आमच्यापासून दूर ठेवत नव्हती.

लेनाचं पोहोचल्याच्या पत्रानंतर एकही पत्र आलं नाही. सर्जीचं कारखान्याचं काम अन् हवाई शाळा चालू होतं.

जेनियाला सुटीच होती, म्हणून ती गावाकडेच होती. वाल्या अन् वाशाशी खेळण्यात तिचा वेळ जायचा. आमची गाय आता म्हातारी व्हायला आली होती.

दूधही कमी असायचं. घरातल्या खाण्या-पिण्यावर त्याचा परिणाम होऊ लागला.

ट्रेड युनियनच्या समितीनं एकही वायदा पाळला नव्हता. रेशनकार्डंही दिली नव्हती. परिस्थिती बिकट होत होती.

शहरात आल्यावर तर ते जास्त जाणवू लागलं, त्यामुळे वाशा अन् वाल्याला अनाथाश्रमात ठेवण्याचा विचार करावासा वाटू लागला. शेजारीपाजारी टीकाटिपणी करायचे. म्हणायचे, ''बिचारा नवरा. गाढव ओझ्याने मेलं अशी स्थिती झालीय. उधळ्या बायका पाहिल्यात आम्ही; पण ही जगदंबा म्हणजे, बाप रे बाप!'' काही जण याच्याही पुढे जाऊन म्हणायचे, ''बिचारी पोरं! धोबी का कुत्ता न घरका न घाटका अशी झालीत. अनाथाश्रमात असती, तर अंगावर चिंध्या तरी आल्या नसत्या.''

हे बोलणं ऐकलं, की मला खूप वाईट वाटायचं. पण खरंच! त्यावेळी आमची परिस्थिती फार वाईट झाली होती. मी मोठ्या मुलांचे कपडे लहान करून शिवून वाशा-वाल्याला घालायचे. मला वेळ तरी कुठे होता? सगळं शिवणकाम करणारी लेनाही नव्हती आणि म्हणूनच मी मुलांना अनाथाश्रमात ठेवायचा निर्णय घेतला. एका अनाथालयात सांगितलं, की घटसर्पाची लस टोचून घ्या अन् तीन आठवड्यांनी पाहू. किमान तीन आठवडे मुलं माझ्याकडे राहणार होती, याचा आनंद होताच; पण तीन आठवडे गेल्यावरही मी आज पाठवू, उद्या पाठवू असं करायला लागले.

एक दिवस खूप थकून मी अंथरुणावर पडले होते. डेव्हिड माझ्या उशाशी बसले होते. म्हणाले, ''मुलांना केव्हा पाठवायचा विचार आहे? बघ एकदा आरशात किती काळवंडलीयस ती, मरायचंय का लवकर? अशा तऱ्हेनं धड लहानांकडे नाही, धड मोठ्यांकडेही तुला लक्ष देता येणार नाही. तू दोन शब्द बोलावेस म्हणून जेनिया धडपडते, तर तुला वेळ नसतो. या वयात इतकं ओझं झेपणार नाही तुला नटाशा. आणि अनाथालयात मुलांचं खाणं-पिणं, कपडालत्ता चांगलं होईल. सरकारही अनाथलयावर लक्ष ठेवतंय. आपण काय देऊ शकणार आहोत?''

डेव्हिडचा युक्तिवाद बरोबर होता. मग मीच म्हटलं, ''ठरलं. उद्या सकाळी उठल्यावर पहिलं काम मुलांना अनाथाश्रमात पोहोचवायचं.'' डेव्हिड म्हणाले, ''नटाशा, तुझ्या भावना मी जाणतो. आपणही आपली जबाबदारी झटकून टाकायची, म्हणून हा निर्णय घेत नाहीये. सुटीत त्यांना घरी आणत जाऊ. मला त्यांच्याशिवाय करमणार नाही.'' नंतर मला कधी झोप लागली ते कळलंच नाही.

सकाळ झाली. जेनिया शाळेला अन् सेरेज्का कारखान्यात गेला. मी कुणालाच काही सांगितलं नव्हतं. मी वाल्या, वाशाचं आटपलं. काळजावर दगड ठेवून त्यांची कागदपत्रं घेतली. खेळणी घेतली. नवे कपडे घातले. केस विंचरले. माझा गळा भरून आला होता. म्हटलं चला आपण फिरायला जाऊ या.

आम्ही ट्राममध्ये बसलो. वाशा मांडीवर अन् वाल्या मला अगदी चिकटून

बसली होती. ट्राममध्ये बसायला मिळाल्यानं मुलं खुश होती. त्यांची बडबड चालली होती. पण मी–मी फार उदास होते.

अनाथाश्रमात पोहोचलो. फाटकापाशीच मी मुलांना म्हटलं, "आता तुम्ही इथे राहायचं. खूप मुलं आहेत. सगळं चांगलं आहे. कपडे, खेळणी सगळं आहे. मी येईन अधूनमधून भेटायला. तुम्हाला घरी घेऊन जाईन."

मी मुलांना सांगत होते; पण शब्द फुटत नव्हता. डोळ्यांतलं पाणी लपवताना जड जात होतं. "तुम्ही इथंच राहायचं." एवढं मी मुलांना म्हटलं मात्र, मुलं मला एवढी चिकटली, की त्यांना मला दूर करता येईना.

अनाथालयाचं दार बंद होतं.

घंटा वाजवू की नको वाजवू, या विचारानं मी तिथे नुसती उभी राहिले. आतून मन म्हणत होतं, मी या मुलांशिवाय राहूच शकत नाही.

चटकन मी दोन्ही मुलांना उचललं अन् ट्राम पकडली. घरी आले. जेनिया घरीच होती.

"कुठं गेला होता तुम्ही?" तिने विचारलं.

"फिरायला." वाल्या म्हणाली. मग ती खेळायलाही लागली.

मी मात्र डेव्हिड घरी आल्यावर काय म्हणतील, या विचारानं अस्वस्थ होत होते. लग्न झाल्यापासून हा पहिलाच प्रसंग असा होता, की मी दिलेला शब्द पाळला नव्हता.

डेव्हिड घरी आले. बिछान्यात निजलेली मुलं त्यांच्या नजरेतून सुटली नव्हती. मला मात्र अपराध्यासारखं वाटत होतं. मग धीर करून म्हटलं, "मुलांना सोडायला गेले खरी, पण त्यांना सोडून येणं जिवावर आलं."

"का? तिथे मुलांना नीट वागवत नाहीत का?" डेव्हिडनी विचारलं.

"तसं नाही, पण माझं धाडस झालं नाही एवढं खरं." मी म्हणाले.

"पण मला समजत नाहीये, सगळं ठरलं होतं ना, मग..." डेव्हिड शांतपणे म्हणाले.

त्यांच्या शांत बोलण्यापेक्षा ते रागावले, चिडले असते, तर फार बरं झालं असतं, असं वाटलं. त्यांचा तो शांतपणा, समजूतदारपणा मला सहन होईना. अगोदरच दिवसभराची दगदग, धावपळ, दमणूक. शरीर अन् मन थकून गेलं होतं.

मी दोन्ही कानांवर हात ठेवून जोरात ओरडले, "मला मुलांना सोडून यायचं धाडस झालं नाही... धाडस झालं नाही... नाही नाही."

दुसऱ्या दिवशीही मी डेव्हिडना टाळत होते. सकाळीच बाहेर गेले अन् आले तीही घरात न येता मागच्या दारानं बाहेर पडले. माझा भाऊ मिशा मुलांना ज्या खोलीत निसर्गकथा ऐकवायचा तिथे लपून राहिले.

पण डेव्हिडनी मला शोधून काढलं आणि जसं काही काही घडलंच नाही, अशा तऱ्हेनं मॉस्कोमधली हालहवाल सांगायला लागले. मीही मग मोकळेपणानं गप्पा मारू लागले. अशाच गप्पागोष्टी करत आम्ही हातात हात घालून घरी आलो.

मुलं व्हरांड्यात खेळत होती.

दारातून आत जाताना डेव्हिडनी माझा हात जोरात दाबत शांतपणे म्हटलं, ''नटाशा, मला वाटतंय काल तू जे केलंस ते योग्य केलंस.'' आम्ही एकमेकांकडे बघून हसलो.

ऑक्टोबरच्या दुसऱ्या आठवड्यात लेनाचं एक पत्र आलं. ती गेल्यापासूनचं तिचं हे दुसरं पत्र होतं. नेहमीप्रमाणे पत्रात व्याकरणाच्या चुका होत्याच. पत्र वाचून कळलं, ती अडचणीत आहे. तिने लिहिलं होतं...

'प्रिय आईस — काय लिहू कळत नाहीये. काय करू समजत नाहीये. गेल्या नाताळात आजी तिच्या नातीला भेटायला गावाकडे गेली. माझं बागकामाचं शिक्षण चालू होतं. म्हणून मला ठेवून गेली. माझा कोर्स पूर्ण झाला. मध्यंतरी आजी वारली. आता मी इथे एकटीच आहे. शिक्षणही पूर्ण झालं आहे.

सध्या थंडीचे दिवस असल्यानं बागेचं कामही नाही काही करण्याजोगं. आई, मला तुझ्याकडे परत यायचंय. मी तुला त्रास देणार नाही. रोज शाळेत जाईन. तू म्हणालीस तरच शिकेन. नाहीतर छोटंमोठं काम करीन. तू अन् बाबा माझ्या बाबतीत जे ठरवाल, ते मला मान्य आहे. आता आले, की तुम्हाला सोडून मुळीच जाणार नाही. भाड्यासाठी माझ्याकडे पैसे आहेत. आजीने दिलेले.

माझ्या येण्याबद्दल काय ते लवकर कळव.'

– तुझी लेना.

या वेळेस मात्र पत्रामध्ये सगळ्यांची खुशाली, आशीर्वाद सर्व काही होतं.

लेनाचं पत्र पाहून मी जरा बुचकळ्यात पडले. खरं तर लेना येणार नाही, असं आम्ही धरून चाललो होतो. ती नसण्याची आता सगळ्यांना सवय झाली होती. मध्येही बराच काळ गेला होता. वाल्या, वाशा आले होते. हिचं घरात कसं जमेल, असं मनात येत होतं. दुसरं म्हणजे सध्या शाळेची दुसरी टर्म चालू होती. मागचा अभ्यास भरून काढणं कठीण होतं. म्हटलं तर तशी ती लहान होती आणि एक वस्तुस्थिती अशी होती, की या किशोर वयात तिने तिथे एकटं राहणं धोक्याचं होतं.

त्या दिवशी आम्हा पती-पत्नीची गोलमेज परिषद भरली.

डेव्हिडचं म्हणणं असं होतं, की तिला इथे बोलावून घ्यावं; पण एकच गोष्ट करायची, तिला रिकामं बसू द्यायचं नाही. तिच्या शिक्षणाची जबाबदारी मला घ्यावी लागेल.

आम्ही तिला येण्याबद्दल कळवलं. तार केली. आठ-पंधरा दिवसांनी ती

आलीही. तिला पाहताच मी आश्चर्यानं बघतच राहिले. ओठ लालभडक रंगानं रंगवलेले.

"लेना, तू ओठ का रंगवेलस?" मी विचारलं.

तिनं गर्वानं उत्तर दिलं, "त्यात काय, तिकडे तर सगळेच ओठ रंगवतात. भुवया अन् नखंही रंगवतात."

आम्ही मात्र इथे ती आल्यावर तिची ही सवय घालवली आणि त्यात आम्ही यशस्वी झालो, हे विशेष.

आता लेनासाठी शाळेत प्रवेश घेणं आवश्यक होतं.

आम्ही शाळांमधून जाऊ लागलो.

लेना तशी मुळातच चैनी. ऐषारामी. कष्ट फारसे नकोत, हवेत किल्ले बांधण्यात मात्र पटाईत. तिच्या कल्पनेचे घोडे भरधाव धावत. कामात अंगचोरपणा, शाळेत जायची वेळ झाली, की हिचं पोट दुखायला लागायचं. तिचं हे ढोंग मी कितीतरी वेळा उघडकीला आणलं होतं.

आजही या सगळ्या मागच्या गोष्टींची, तिच्या खोड्यांची आठवण येऊन हसायला येत होतं.

पण आजी गेल्यानंतर आत्ता आलेली लेना आणि पहिली लेना... खूप बदल झाला होता. ती जबाबदारीनं वागत होती. छोट्या भावंडांना शिकवायचं तिने आपणहून मनावर घेतलं होतं.

मला आश्चर्य वाटलं, ते तिने वाल्या अन् वाशाचा केलेला स्वीकार बघून. मला त्याचा आनंदही झाला. तिने त्यांच्यासाठी छोटे छोटे कपडे शिवले. मोठ्या जुन्या कपड्यांतून झबली शिवली. घरात थोडा मऊ कापूस होता त्याचे बूट बनवले. लेना परत पाचव्या इयत्तेत बसायला नाखुश होती. टर्म संपल्याशिवाय प्रवेश मिळणार नव्हता आणि घरी अभ्यास करून लेना परीक्षा देईल, याची मला खात्री नव्हती. एकूण शालेय शिक्षणाबाबत आवड यथातथाच. हे सगळं पाहून विचार करून मी एकदा लेनाला म्हटलं, "लेना, आत्ता शाळेच्या नादी लागण्यात अर्थ नाहीये. तुझ्यासाठी एखादं छोटं-मोठं काम बघायला हवं." मी एवढं म्हटलं मात्र, लेना नाचायचीच बाकी राहिली. तिला पुस्तकी अभ्यास नको होता. कार्यानुभव हवा होता आणि आपण आता मोठे झालो आहोत, काही तरी काम करायला हवं, हे तिला समजत होतं.

मी ज्या रासायनिक प्रयोगशाळेत काम करत होते, तिथल्या प्रोफेसरना भेटले. त्यांची व लेनाची अगोदरची ओळख होती.

हे प्रोफेसरसाहेब विद्वान, हसतमुख होते; पण खवचटपणानं, मनाला लागेल असं बोलण्याविषयी प्रसिद्ध होते. मी त्यांच्याकडे लेनाच्या कामाविषयी शब्द टाकला.

ते हसत हसत म्हणाले, ‘‘अहो, आपल्याकडे कामाला काय तोटा? पण तिला खरंच काम करायचंय का? काय गं करायचं ना काम?’’

या कानापासून त्या कानापर्यंत मान हलवत लेना म्हणाली, ‘‘होऽऽ...’’

प्रयोगशाळेचा तो सुसज्ज हॉल पाहून ती जाम खुश झाली होती. ‘‘ठीक आहे; पण सकाळी बरोबर नऊ वाजता हजर व्हावं लागेल. कामावर येण्यापूर्वी मला एकदा भेट. काही गोष्टी समजावून द्याव्या लागतील...’’ लेना त्यांना भेटायला गेली, ते अगदी व्यवस्थित; पण तिने लिपस्टिक लावली होती. रंगवलेले ओठ पाहून प्रोफेसर चिडलेच होते. म्हणाले, ‘‘वेळेवर येणं, मन लावून काम या गोष्टी तर राहायला हव्यातच; पण ओठ रंगवलेले चालणार नाहीत. अशा मुलींना आम्ही कामावर ठेवत नाही.’’

त्यानंतर लेनानं कधीही ओठ रंगवले नाहीत. मी मनात म्हटलं, ‘‘सोनारानंच कान टोचले ते बरं झालं.’’

पण त्याच दिवशी माझ्या एक गोष्ट लक्षात आली. लेना मोठी होत आहे– नाही, झाली आहे. या वयात वाटते फॅशन करावीशी. न जाणो कुणावर तरी प्रेम करायचा क्षणही येऊन ठेपेल हिच्या आयुष्यात.

अजूनपर्यंत तरी माझी सगळी मुलं माझ्याशी मोकळेपणानं बोलत होती. ती शेवटपर्यंत तशीच राहतील का? त्यांच्या पहिल्या प्रेमाविषयी ती मला सांगतील का? आमचं वाढतं वय, पिकत जाणारे केस त्यांच्या मोकळेपणाच्या आड तर नाही येणार ना?

खरं तर, माझ्या मनात हल्ली हे विचार येत असत. अजूनपर्यंत तरी असा काही प्रसंग आला नव्हता.

लेना आपलं काम नीट करत होती. प्रोफेसरही कामाबाबत काटेकोर होते. दुसऱ्याकडून त्यांची तीच अपेक्षा होती.

लेना ही धड लहान नाही धड मोठी नाही अशा वयातच होती. फेब्रुवारीत आम्ही गावाकडे राहायला आलो. डेव्हिडच्या कारखान्याचं बांधकाम वाढवलं जाणार होतं. नंतर तिथे राहायला छोटीशी जागा मिळणार होती. मीही प्रयोगशाळेतलं काम सोडलं होतं.

सर्जीची वैमानिक शाळेची पहिली परीक्षा झाली होती. तो पासही झाला होता आणि तिथंच त्याची इन्स्ट्रक्टर म्हणून नेमणूकही झाली होती. आता माझा मुलगा माझ्यापासून दूर जाणार होता. मूल दूर राहण्याची माझ्या आयुष्यातली पहिली वेळ. जाण्याअगोदर घरात डेव्हिड अन् सर्जी गंभीरपणानं बोलायचे. त्यांची चर्चा होई. डेव्हिडनी एकदा विचारलं, ‘‘सर्जी, आता तू मोठा झालास. नोकरीही मिळाली. मग आता काय करायचा विचार आहे?’’

सर्जी विचार करतच होता. प्रथम त्याला हत्यारं तयार करण्याचा नाद होता. मग विमानचालक. ते तर त्यानं केलं होतंच. त्याची महत्त्वाकांक्षा अवघड यंत्रणा असलेलं विमान चालवण्याची होती.

डेव्हिड म्हणाले, ''तुझी महत्त्वाकांक्षा चांगली आहे. कुठलंही काम किंवा धंदा वाईट नसतो. हत्यारं बनवण्याचा असो किंवा विमान चालवण्याचा असो. अगदी रस्ता झाडायचं कामसुद्धा हलक्या दर्जाचं नसतं, फक्त आपली प्रतिभा, आवड, ताकद सगळ्याचा विचार करून आपला व्यवसाय निवडायचा. या दृष्टीनं विचार केला, तर तुला काय वाटतं?''

सर्जी लगेच म्हणाला, ''मग, मला विमान चालवायलाच आवडेल.''

''फारच छान. मग यासाठी तुला काय करावं लागेल माहिती आहे का?'' डेव्हिडनी विचारलं.

सर्जी म्हणाला, ''साहजिकच खूप अभ्यास करावा लागेल.''

''बरोबर आहे. जो व्यवसाय आपण निवडणार त्याचं ज्ञान असायला हवं आणि त्यासाठी अभ्यास हवाच. सर्जी, तुला हे कळलं, ते फार बरं झालं. गेल्या वर्षी मी तुला हेच सांगत होतो; पण तुला त्यावेळी पटलं नाही. चला, आत्ता पटलं ना, मग झालं तर.'' डेव्हिड म्हणाले.

''मी वैमानिक तर होणारच, पण त्या अगोदर त्याचं शिक्षण मिळेल, अशा शाळेत नाव घालीन.'' सर्जी म्हणाला.

''पण तुला तिथे प्रवेश मिळेल?'' डेव्हिडनी शंका प्रदर्शित केली. ''का नाही मिळणार? मी वेळच्या वेळी अभ्यास केला, परिश्रम केले, गैरहजर राहिलो नाही, तर बाबा, तुम्हाला काय वाटतं? ते मला घेणार नाहीत?'' सर्जीनं विचारलं.

थोडासा विचार करून डेव्हिड म्हणाले, ''तू आणि इतर मुलं यांच्यात तसा फरक नाहीये. त्यांच्यात जसं चांगलं अन् वाईट दोन्ही आहे, तसंच तुझ्यातही आहे आणि मला वाटतंय, की ते तुला शाळेत दाखल करून घेतील.''

आमच्या कुटुंबाच्या काही पद्धती होत्या. उगाचच सारखं कौतुक करून डोक्यावर बसवूनही ठेवायचं नाही अन् नाउमेदही करायचं नाही, त्यामुळे योग्यता अन् सफलता याचं प्रदर्शन प्रमाणात होत असे.

प्रशंसेचे पूल आम्ही कधीच बांधले नाहीत. कुटुंबाची मर्यादा म्हणजे तरी काय?

आमच्या घरी असं होतं— दमूनभागून येऊन डेव्हिड विश्रांती घेत असतील, तर घरात दंगा, आरडाओरडा होत नसे आणि हे कुणाला सांगावं लागलं नाही. सगळे समजून असत. तसंच जर मुलं घरात अभ्यास करत असतील, वाचत असतील, तर तेव्हा आम्ही दोघं पुस्तक घेऊन किंवा बागकामाचं साहित्य घेऊन बागेत जात असू. जसं लहानांनी मोठ्यांचा आदर केला पाहिजे असं आपण म्हणतो,

तेव्हा मुलांनाही त्यांच्या त्यांच्या कामाचं महत्त्व असतं, हे आपण जाणून घेतलं पाहिजे, असं मला वाटतं.

तसं आमचं घर खूप लहान होतं; पण प्रत्येकाच्या जागा ठरलेल्या होत्या. जेनिया एका बालदलाची प्रमुख होती. दिवसभर कागदाची खेळणी, फुगे, टोपल्या, चांदण्या असं काही बनवायचं तिचं काम होतं. एक छोटा कारखानाच म्हणा ना! तिच्या टेबलवर कागद, कापड, कात्री, डिंक सगळं पसरलेलं असायचं. मुलं बाजूला बसून बघायची; पण जेनियाच्या परवानगीशिवाय कुणी तिच्या वस्तूंना हात लावत नसे. लेना स्वभावानं बेफिकीर असली, तरी ती सुद्धा जेनाची वस्तू विचारून घेई अन् काम झाल्यानंतर जागेवर ठेवी. सर्जीच्या वस्तूही पडलेल्या असायच्या; पण आम्हीही कधी त्याच्या वस्तूंना हात लावत नव्हतो.

लेनाचं सामान मात्र घरभर पसरलेलं असायचं. शिवणकाम करताना कापलेले कागदाचे, कापडाचे तुकडे इतस्तत: पडलेले असायचे. तिच्या या पसाऱ्याचा मला खूप त्रास व्हायचा; पण मी तिला शिक्षा करायचे नाही किंवा ओरडून बोलायचीही नाही. तिला जवळ बोलवायची अन् शांतपणे सांगायची, "हे बघ लेना, आता या पसाऱ्यात एखादेवेळेस तुला अगदी हवी असलेली वस्तू किंवा कापडाचा तुकडा सापडला नाही, तर केवढी पंचाईत होईल ना! मग मात्र सारं घर डोक्यावर घेशील. तेव्हा असं कर— जरा आवरून ठेव, मग सगळं अगदी वेळेवर सापडेल. हो ना?"

लेनाला शिस्त लावायला माझी ही पद्धत खूप उपयोगी पडायची. हळूहळू तिच्यात सुधारणा होत गेली.

मी पुष्कळ आयांना तक्रार करताना ऐकलंय, "बेबीला, मुळीच काम नको असतं. मुलं माझं ऐकतच नाहीत, पिंटू अगदी आळशी आहे, इकडची काडी तिकडे करणार नाही."

आमच्या घरी मात्र अशी तक्रार नव्हती. कुटुंबातल्या प्रत्येक माणसाला मग तो लहान, मोठा कसाही असो, स्वत:च्या कर्तव्याची जाणीव असेल, तर अशा तक्रारी संभवतच नाहीत.

आम्ही मुलांना कामं नेमून दिली होती. काम व्यवस्थित झालं, की शाबासकी मिळे. बक्षिसाची सवय लावली नव्हती.

तसं कुटुंबातल्या व्यक्तींमध्ये गुण-दोष असतातच आणि ते आवश्यक आहे. मीही सकाळपासून काम करत असलेली मुलं पाहत होतेच. त्यांनाही पटलं होतं, की आईला मदत केली पाहिजे. लाकडं फोडणं, ढलप्या बाजूला काढणं, गाईची काळजी घेणं, यांत मुलं मदत करत असत.

छोटा वाशा, डेव्हिड घरी आले, की पलंगाखालून त्यांच्या सपाता काढून देणं आणि बाजारात निघाले, की पिशव्या आणून देणं, ही कामं करत असे. घरातल्या

सगळ्यांचे कपडे शिवणं, फाटलेले दुरुस्त करणं, लहान-मोठे करणं, सगळी जबाबदारी लेनानं घेतली होती.

जेनिया अन् वाल्या टेबलवर जेवणाची तयारी करत.

आमची भूरी गाय आता म्हातारी झाली होती. दूधही फारसं देत नव्हती, म्हणून विकून टाकली; पण आम्ही दुसरी गाय घेऊ शकू इतके पैसे हाताशी नव्हते. सर्जी कोलोम्नाला नोकरी करत होता. त्यानं पत्रात लिहिलं होतं, की मी तिकडे येईन, तेव्हा माझा पगार झालेला असेल. ते पैसे आपण गाय घेण्यासाठी खर्च करू.

तो आला तेव्हा त्यानं माझ्या हातात पैसे ठेवले. आम्ही दोघं माय-लेक बाजाराच्या दिवशी गाय खरेदीला गेलो.

तशा बाजारात गायी खूप होत्या; पण भाव बराच चढा होता आणि आमच्याजवळ एवढे पैसे नव्हते.

थोडे निराश होऊनच मी अन् सर्जी घरी परतणार होतो. तेवढ्यात आमच्या ओळखीचा एक शिपाई भेटला. आम्ही गाय घेऊ शकत नाही, हे पाहून त्यालाही वाईट वाटलं; पण त्यानं एक विचार आमच्यापुढे मांडला. तो म्हणाला, "एक घोडी विकायची आहे. आम्हाला तिचा फारसा उपयोग नाहीये; पण जनावर चांगलं, हुशार आणि माणसाळलेलं आहे. पाहा तुमच्या बजेटमध्ये बसत असेल तर."

मी अन् सर्जी एकमेकाकडे पाहतच राहिलो. शेवटी सर्जीच म्हणाला, "आई, आत्ता तर आपण गाय घेऊ शकत नाही. घोडीचा भाव बरा आहे. पैसे काय घरी गेलं, की खर्च होऊन जातील. घोडीचा उपयोग होईल."

मलाही रिकाम्या हातानं घरी जायचं जिवावर आलं होतं. घोडी घेऊनही आमच्याजवळ बरेच पैसे उरले होते.

आम्ही एक घोडी अन् गाडीही घेतली. घोडीचं नाव होतं सुंदर.

सुंदरला गाडीला जुंपून आम्ही दोघं रुबाबात घरी आलो. मुलांनी सुंदरला पाहिलं मात्र, आनंदानं ओरडून त्यांनी घर दणाणून टाकलं. डेव्हिड म्हणाले, "आपण सुंदरकडून शेत नांगरायचं काम करून घेऊ." जेनिया म्हणाली, "मी घोडीवर बसून रपेट करून येईन मस्त मोकळ्या हवेत."

सगळ्यांनी आपापल्या परीनं सुंदरचा उपयोग कसा करणार ते सांगितलं; पण घोडी गाईची जागा भरून काढणार नव्हती. घोडी हा दुधाला पर्याय नव्हता. दूध विकत घ्यावं लागायचं, त्यामुळे मुलांना भरपूर दूध द्यायला जमत नव्हतं.

कधीतरी मुलं म्हणायची, "आई, आपल्याकडे गाय हवी होती, नाही का?"

एकदा मी अन् जेनिया मॉस्कोला बाजारात गेलो होतो. उकाडा खूप होता. जेनियाच्या पायांत बूट होते; पण ती रस्त्यावरून जाणाऱ्या इतर मुलींच्या पायांतले बूट पाहत होती. कपडे लाल किंवा दुसऱ्या भडक रंगाचे अन् पायांत कापडी बूट.

निळे बंद असलेले. त्यावेळी मॉस्कोत असे बूट वापरण्याची फॅशनच आली होती.

जेनियाच्या मनात असे बूट घ्यायचं होतं. राहावलं नाही, तेव्हा ती म्हणाली, ''आई, मला असे बूट हवेत.''

''जेना, सध्या जरा हाताशी पैसे नाहीयेत. तुझ्या बाबांचा पगार झाला, की घेऊ या.'' मी म्हटलं.

''आई, घरी कोनाड्यातल्या हिरव्या डबीत थोडे पैसे आहेत. विसरलीस की काय?'' जेनानं विचारलं.

''नाही बेटा, ते वाल्या अन् वाशाच्या चप्पलसाठी ठेवलेत. आता बोराची आणि तुतीची फळं येण्याचे दिवस आहेत. चप्पल न घालता मुलं जंगलात कशी जातील? काटेकुटे असतील ना?'' मी तिची समजूत घालत होते. जेनिया एकदम चिडून म्हणाली, ''हेच ते. तुला त्या दोघांची काळजी असते. घाल त्यांच्या डोंबलावर सगळं. असंच करायचं असलं, तर आणखी दोन-चार मुलं घे ना सांभाळायला. मग आम्ही सगळे अनवाणी फिरू.''

जेनियाच्या एकेका शब्दानं माझ्या अंगाचा संताप होत होता. सगळ्या परिस्थितीची जाणीव असून ती असं बोलत होती, याचं आश्चर्य वाटत होतं.

''मग तुला बूट हवेत म्हणून, त्या अनाथ अन् निराधार मुलांना बाहेर घालवू का?'' मीही चिडूनच विचारलं.

मी इतक्या दिवसांत प्रथमच जेनियावर एवढी चिडले होते. आम्ही दोघी तशा गप्पगप्पच रस्त्यानं चाललो होतो. मागून कुणाच्या तरी खोकण्याचा आवाज आला, म्हणून आम्ही मागे वळून पाहिलं. एक बाई आमच्याकडेच चालत येत होती. आमच्याजवळ येऊन ती म्हणाली, ''मी तुमचं दोघींचं बोलणं ऐकलं. हे मुलं सांभाळायला घ्यायचं काय बोलत होतात तुम्ही?''

''घ्यायचं नाही, घेतली आहेत दत्तक.'' मी उत्तर दिलं.

''का?'' त्या बाईनं विचारलं.

मग मी तिला सगळं सांगितलं. अगदी सर्जी ते वाल्यापर्यंत. माझा पत्ता पण दिला.

ती स्त्री मॉस्को सोव्हिएतची सभासद होती आणि एका प्रमुख दैनिकाची वार्ताहर होती, तसंच मॉस्को शिक्षण समितीची प्रतिनिधी होती; पण तिने जेव्हा मला विचारलं, की माझ्या मुलांना काही सरकारी मदत मिळते का? तेव्हा मात्र मी विचारात पडले. मी तिला म्हटलं. ''सरकारनं का द्यावी मदत? माझ्या मुलांना मी आपणहून स्वतःच्या मनानं दत्तक घेतलंय.''

तिनं माझं म्हणणं नीटपणे ऐकून घेतलं. ती मला एवढंच म्हणाली, ''आज संध्याकाळी सहा वाजता शिक्षण समितीच्या ऑफिसमध्ये येऊन भेटा. मी याविषयी

तिथे तुमच्याशी बोलेन.'' मध्येच जेनिया म्हणाली, ''पण तुमची आमची तर ओळखही नाही. तुम्ही आमच्याविषयी रिपोर्ट कसा कराल? आमच्या पायोनियर दलाचा कॅप्टन नेहमी म्हणतो, की आपल्याला कोणाबद्दलही रिपोर्ट करायचा असेल, तर आधी त्याच्या घरी जाऊन सगळी वस्तुस्थिती समजावून घेतली पाहिजे.''

जेनियाकडे पाहत ती म्हणाली, ''मी चेहऱ्यावरून माणसं ओळखते. तुम्ही ऑफिसात या तर खरं. सुरुवातीला तात्पुरती, पण नंतर कायमची मदत मिळेल.''

जेनिया या बाईच्या बडबडीला कंटाळली होती. आम्हाला ज्या दुकानात जायचं होतं, ते दुकान आलं. मी म्हटलं,

''अच्छा नमस्ते. आम्हाला याच दुकानात जायचं आहे.''

''पण मी कधीतरी तुमच्या गावाकडे येईन. वाट पाहा.'' तिने जाता जाता हात वर करून उंच स्वरात म्हटलं.

''जेना, बाई जरा विचित्रच दिसतेय, नाही का?'' मी म्हटलं.

''असू दे असली तर. आपल्याला काय, मदत मिळाल्याशी काम. निदान मला नवे बूट तरी घेता येतील.'' जेना म्हणाली.

जेनाच्या डोक्यात मदत मिळाल्यावर काय घेता येईल, याबद्दल हवेत किल्ले बांधणं चालू होतं.

तीन दिवसांनंतर कुत्रा भुंकू लागल्यावर आम्ही बाहेर आलो. दब्बू मेल्यावर आम्ही हा 'जेरी' कुत्रा आणला होता.

मॉस्कोला भेटलेली बाई आली होती. कुत्र्याला बघून ती तिथंच उभी राहिली होती. मी तिला घरात आणलं. मॉस्कोसारखी तिची इथेही वटवट चालूच होती.

''मी अमकीकडे गेले, तमकीकडे गेले. किंडरगार्टन स्कूलमध्ये गेले. तिथे माझी पिशवी विसरली. त्यात सगळी कागदपत्रं होती. माझं ओळखपत्रही त्यातच आहे. मॉस्कोच्या शिक्षणसमितीनं तुमच्या मुलांची चौकशी करायला मला पाठवलं आहे. तुम्ही मॉस्कोला कार्यालयात जा. तिथे तुम्हाला मदत मिळेल. सेमोवानं पाठवलंय असं सांगा.''

आम्ही व्हरांड्यात बोलत बसलो होतो. सर्जी, लेना, जेनिया सगळे ऐकायला येऊन बसले.

सेरेज्का हळूच म्हणाला, ''नाव काय म्हणालात तुमचं? सेमोवा?''

''हो. हवं तर लिहून घे.''

मग तिने मला विचारलं, ''सध्या तुम्हाला अगदी ताबडतोबीनं कोणत्या गोष्टीची जरुरी आहे?''

मी काय सांगावं, या विचारात पडले. ती ज्या तऱ्हेनं हे सगळं विचारत होती, ते पाहता मला तिच्याबद्दल विश्वास वाटायला लागला होता.

काय सांगणार आणि किती सांगणार? बूट हवे होते, चादरी, पांघरुणं कमी

पडत होती. धान्यही अपुरंच होतं; पण हे सगळं सांगायला मला संकोच वाटत होता.

"काय सांगू मी तुम्हाला?" मी म्हटलं.

पण जेनिया चटकन म्हणाली, "कॅनव्हासचे बूट."

"ठीक आहे, होईल व्यवस्था. नंबर सांगा."

"पाच, सहा आणि नऊ पण लिहा." सर्जी शांतपणे म्हणाला.

माझं मलाच वाटलं मी स्वप्नात तर नाही ना?

...सोनेरी माशाच्या गोष्टीची आठवण झाली.

सोनेरी माशाकडून मिळतं मिळतं, म्हणून घेणारा कुंभार. स्वप्नात शेवटी त्यांची भांडीच फुटतात लाथ मारल्यामुळे. माझी अवस्था तशीच झाली होती.

मी जरा संकोचून म्हटलं, "आमचा सर्वांत मोठा प्रश्न अन्नधान्याचा आहे. माझी मुलं आता वाढत्या वयाची आहेत. त्यांचं खेळणं, बागडणं, धावणं यात त्यांची साहजिकच भूक वाढते. धान्याचे भाव तर कडाडलेलेच आहेत, त्यामुळे आम्ही जास्त धान्य घेऊ शकत नाही."

"अरे, ही तर मामुली गोष्ट आहे. मला भरपूर धान्य मिळतं. इतकं लागतही नाही मला. थोडे पैसे अन् पिशव्या द्या. उद्या तुम्हाला धान्य पोहोचतं होईल. हा घ्या माझा पत्ता अन् उद्या शिक्षणसमितीच्या कार्यालयात भेटा, असं म्हणत हाताची बोटं मोजून इतकं धान्य, इतके पैसे असं पुटपुटत तिने एक आकडा सांगितला.

तिनं सांगितलेला आकडा मोठा होता. सर्जीच्या मते ती बाई लबाड वाटते. धोका आहे पैसे देण्यात अन् युवक कम्युनिस्ट लीगचा कोणी पुढारी असं रेशन वाटत फिरत नाही.

लेनाच्या मते ती बाई काही धान्य देण्याचा व्यवसाय करत नाही. ती आपल्याला धान्य मिळावं म्हणून मदत करते आहे; पण रेशन दिलं, तरी फुकट कसं देईल, शिवाय बूटही देणार आहे ती.

इतके पैसे घरात नव्हतेच. थोडे घरातले अन् थोडे शेजारणीकडून उसने घेतले व त्या बाईला दिले. वर म्हटलं महिना संपत आला आहे अन् घरची परिस्थिती तुम्ही जाणताच.

"काही हरकत नाही. धान्यासाठी एवढे पुरेत. अरे, तुमची मुलं बघायची राहिलीच." म्हणत ती घरात आली वाशा-वाल्याकडे नजर टाकत म्हणाली, "छान आहेत तुमची मुलं."

ती गेली; पण तिची नजर मात्र अगदी कशीतरीच वाटली.

लेना तिला पोहोचवायला स्टेशनवर गेली होती. मी थोडी सुन्न होऊनच बसले होते. तोच जेनिया ओरडली, "आई, अग ती बाई पैसे न्यायलाच विसरली. थांब मी देऊन येते."

जेनिया व लेना तिला पैसे देऊन परत आल्या अन् म्हणाल्या ती बाई म्हणाली, ‘‘तुमची मुलं पाहून मला एवढं गलबलून आलं, की पैसे घ्यायचं भानच राहिलं नाही.’’

तिनं सांगितल्याप्रमाणे आम्ही शिक्षण समितीची चौकशी केली; पण अशी कुठली समितीच नव्हती अन् तिने सांगितलेल्या नावाचा कुणी माणूस तिथे नव्हता. तिथून अगदी लज्जित होऊन खाली मान घालूनच आम्ही बाहेर आलो.

सर्जीनं लेनाची खूप टिंगल केली. ‘‘काय डोकं आहे! दोघी दोघी असून तुम्हाला एका बाईचा पत्ता मिळाला नाही! आता बघतच राहा. उद्या हा पठ्ठ्या आईबरोबर जाणार. जाणार म्हणजे जाणार.’’

सर्जी उत्साहानं बोलत होता. लेनाला मात्र रडू आवरत नव्हतं. मी तर गप्पच होते. सगळ्यावरचा विश्वास उडाल्यासारखंच झालं होतं; पण मुलं मात्र आपला हट्ट सोडत नव्हती.

सर्जी पुन्हा म्हणाला, ‘‘आई, उद्या आपण मॉस्कोला जायचं अन् सगळ्या गोष्टींचा छडा लावायचा.’’

दुसऱ्या दिवशी आम्ही शिक्षणशास्त्र समितीच्या कार्यालयात पोहोचलो. तिथल्या एका कारकुनाला विचारलं, ‘‘आम्ही कॉम्रेड सेमोवाला भेटायला आलो आहोत.’’

‘‘ती कुठल्या विभागाची प्रतिनिधी आहे?’’ त्यानं विचारलं.

मला काहीच सांगता येईना. मी गप्प बसले.

‘‘काही हरकत नाही. फाइलमध्ये तिचा पत्ता नक्की मिळेल.’’ असं म्हणून तो फाइल चाळायला लागला. बराच वेळ फाइल खाली-वर करत होता. फाइलमधली पानं उलट्या सुलट्या दिशेनं बघत होता; पण काहीच पत्ता लागेना.

‘‘इथे फाइलीत तर तिचं नावही नाही; पण असं होईलच कसं? काम करणाऱ्या प्रत्येक व्यक्तीची इथे नोंद आहे. बरं, तुम्ही तिला ओळखू शकाल?’’ फोटोचे बरेचसे अल्बम आमच्यापुढे टाकत तो म्हणाला.

फोटो बघून बघून डोळे दुखायला लागले; पण सेमोवाचा फोटो सापडला नाही. मी पाहतो, असं म्हणत सर्जीनं माझ्या हातातून अल्बम घेतला. अगदी एक एक फोटो बारकाईनं पाहायला लागला. कारकुनालाच बहुधा आमची दया आली असावी. तो म्हणाला, ‘‘नाही ना सापडत. बरं ते जाऊ दे. तुमचं काम तरी काय होतं?’’

मी सेमोवाची अन् आमची भेट झाल्यापासूनची सगळी हकिकत सांगत असतानाच एक दुसरी स्त्री उत्सुकतेनं तिथे येऊन बसली. ‘‘तुमच्याकडे सेमोवा कशासाठी आली होती?’’ तिने विचारलं.

मी थोडक्यात सगळं सांगितलं. ऐकून ती म्हणाली, ‘‘आमच्या समितीतर्फे अशी चौकशी करायला आम्ही कुणालाच पाठवत नाही.’’

‘‘तिच्याबरोबर काही बोलणं झालं होतं का?’’ तिने विचारलं.

"हो. माझ्या मुलांसाठी सरकारी मदत मिळणार होती." मी सांगितलं.

"मदत? कशाची?" तिचा प्रश्न.

मी धान्य, कॅनव्हासचे बूट इत्यादींचा किस्सा ऐकवला.

"सगळाच मामला आश्चर्यचकित करणारा आहे. तुम्ही सांगता ते जर खरं असेल तर..."

तिचं वाक्य तोडत सर्जी एकदम ओरडला, "म्हणजे आम्ही सांगतोय ते खोटं वाटतंय का तुम्हाला?"

"रागावू नको बाळ. माझ्या ऑफिसमध्ये चला, सगळं काही ठीक होईल." ती स्त्री हसत म्हणाली.

आम्ही तिच्या ऑफिसमधे गेलो. तिने आपल्या एका सहकाऱ्याला बोलावलं. आमचं कुटुंब, आमची मुलं, आमची मिळकत, घर-दार, नोकरी, माझ्या नवऱ्याची माहिती सगळं अगदी बारीकसारीकही विचारलं अन् म्हणाली, "तुम्ही या अगोदर आमच्याकडे का आला नाहीत?"

मग मीही चिडून म्हटलं, "ही सेमोवा मध्ये टपकली नसती तर अजूनही आले नसते."

"बरं, झालं गेलं जाऊ दे. मी लवकरच आमच्यापैकी कुणालातरी तुमच्याकडे पाठवते. तुम्ही आमच्यावर विश्वास ठेवू शकता." ती म्हणाली.

"शकते. पण..."

माझं वाक्य अजून पूर्ण झालं नव्हतं; पण ती म्हणाली, "तुमचं खरं आहे. दुधानं तोंड पोळलं, की माणसं ताकही फुंकून पितात; पण काही काळजी करू नका. सगळं ठीक होईल."

तिनं मोठ्या विश्वासानं माझा हात हातात घेऊन दाबला. आम्ही तेथून निघालो; पण काही म्हणा, माझं मन मात्र अशा निराशेच्या झुल्यावर झोके घेत होतं.

"आई, सेमोवा फसवीपण असू शकेल ना?" सर्जीनं विचारलं.

"वाटतंय तर असंच." मी म्हटलं.

"पण असं फसवून तिला काय मिळणार होतं?" सर्जीची शंका.

"आपण मागितली नाही म्हणजे आपली स्थिती चांगली आहे असं तिला वाटलं असावं किंवा मदतीचा आव आणून पैसे..."

सर्जीनं तिला एक शिवीच दिली.

वरील घटनेनंतर सगळं काही पूर्वीप्रमाणेच चाललं होतं. कधी कधी डेव्हिड विनोदानं विचारत, "सेमोवा बाईसाहेब नाही ना आल्या?"

एक दिवस मात्र असा आला, की माझ्या पर्समध्ये काहीच शिल्लक नव्हती. मी पुढे कराव्या लागणाऱ्या खर्चाबद्दल चिंतेत होते.

"आई, तू शेजाऱ्यांकडून उसने घेतलेले पैसे परत दिलेस?"सर्जीनं विचारलं.

"हो." मी म्हटलं.

"मग आता घरात काहीच पैसे नसतील." सर्जी म्हणाला.

सर्जी काहीच बोलला नाही मग एकदम म्हणाला, "मी जरा जाऊन येतो."

"कुठे?" मी विचारलं.

गावात काही लहान-मोठं काम मिळतंय का, ते बघतो. काही कुणाला दुरुस्त करायचंय का, काही बनवून हवंय का ते पाहतो." तो निघूनही गेला.

त्याच्या पाठोपाठ मीही गावात जायला निघाले. फाटकातच आमच्या शेजारी राहणारा चेनोव्ह दिसला. मला बघताच म्हणाला, "तुमची सुंदर घोडी काय म्हणतेय?" त्याचा हेटाळणीचा स्वर होता. आम्ही गाय विकून घोडी घेतली, हे समजल्यापासून सगळेजण आमची टिंगलच करत होते."

मी चेनोव्हला त्याच्याच भाषेत उत्तर देत म्हटलं, "सुंदर ना! अहो, आता तर आम्ही तिला घोडदौडीच्या शर्यतीतच पाठवणार आहोत."

"ठीक आहे. पाठवा पाठवा, जरूर पाठवा; पण त्याअगोदर माझं एक काम तिच्याकडून करून घ्याल का? बांधकामासाठी मी एका शाळेला वाळू पुरवायचं कंत्राट घेतलं आहे. नदीतून वाळू काढून गाडी भरून वाळू न्यायची. सात-आठ गाड्या वाळू लागेल. सगळ्या खेपांचे मिळून दोनशे रुबल्स मिळतील. घेणार हे काम?" चेनोव्हनं विचारलं.

"घ्यायला काही हरकत नाही असं वाटतंय." मी म्हटलं.

मी घरी आले. सुंदरला मी गाडीला जुंपत होते. एवढ्यात सेरेज्का धावतच फाटकातून आत आला. मला सुंदर घोडीबरोबर पाहून तिथे उभा राहिला.

"आई, काय करतेयस तू? कुठे निघाली आहेस का?" त्यानं विचारलं.

सांगावं की नको या विचारात मी पडले. सांगावं तर म्हणेल, या वयात तू हे कष्टाचं काम करायचं नाहीस.

थोड्या वेळानं सर्जी म्हणाला, "आई, आजचा दिवस मला सुंदर हवीय, जरा काम आहे."

"काय? सुंदर आज तुला हवीय." माझा आवाज जरा चढत होता. म्हटलं "नाही सेरेज्का, आज तरी सुंदरला मी तुला देऊ शकत नाही."

"अग, पण आई, मी एका माणसाला घोडी देईन म्हणून सांगून आलोय." सेरेज्का म्हणाला.

"मीसुद्धा वायदा केलाय घोडी देण्याचा." मी जोरात सांगितलं.

"अग, पण सुंदरच्या मदतीनं मला दोनशे रुबल्स मिळणार आहेत." सेरेज्का उत्साहानं म्हणाला.

सगळी परिस्थिती ध्यानात आली. मी सेरेज्काला विचारलं, ''तुला चेनोव्ह भेटला होता?''

''नाही.'' सेरेज्का म्हणाला.

''मग कसलं काम घेतलंयस तू?''

सेरेज्कानं सांगितलं, की तो घरी येत होता, तेव्हा त्याला एक स्त्री भेटली. म्हणाली, ''कुणाकडे घोडा असेल, तर थोडं काम होतं. मी किंडरगार्टन स्कूलची अध्यक्ष आहे. बांधकामासाठी सात-आठ गाड्या वाळू हवीय. दोनशे रुबल्स मिळतील.''

सेरेज्काचं आणि माझं काम एकच निघावं हा योगायोगच.

सेरेज्का मला म्हणत होता, की माझ्या वयाच्या मानानं मला हे काम झेपणार नाही अन् मी त्याला म्हणत होते, तू अजून लहान आहेस. तुला हे काम झेपणार नाही.

आम्ही दोघंही मनापासून हसलो.

दोघांनी मिळून ते काम संपवलं खरं. काम जरा जडच होतं. सर्जी फावड्यानं वाळू खोदून टोपलीत भरायचा. मी ती टोपली डोक्यावर वाहून गाडीत नेऊन टाकायची. वाळू तशी जडच. दिवसभर काम करूनही जेमतेम दोन गाड्या वाळू जमा व्हायची. खूप दमायला व्हायचं. आम्ही दोघं घरी आलो. सर्जी चालत आला. मी वाळूसह गाडीतून.

घरी आलो तेव्हा दिसलं, की व्हरांड्यात कोणी अपरिचित व्यक्ती बसली होती. जेनिया पायरीवर दोन्ही हात मांडीवर घेऊन चित्रासारखी बसली होती. बाकीची मुलं तिथेच होती.

ती बाई मुलांना प्रश्न विचारत होती. तिला कुठे पाहिल्याचं मला आठवेना. मला पाहताच उठून नमकार करून म्हणाली, ''मला वाटतं तुम्हीच नटालिया असाव्यात.''

तिनं हात मिळवण्यासाठी तिचा हात पुढे केला. माझे दोन्ही हात वाळूनं घाण झाले होते.

तिला हात दाखवत मी हसत हटलं, ''या वेळी तरी मी तुमच्याशी हस्तांदोलन करू शकत नाही.''

तिनं स्वत:चा परिचय करून दिला. ती मॉस्कोहून आली होती. म्हणाली, ''मी मात्र सेमोवा नाही हं. हे आमच्या संस्थेचं प्रमाणपत्र.''

''आलेच.'' असं म्हणत मी हात धुवायला गेले.

पाच मिनिटांत मी हात-पाय धुऊन आले.

पाहुणीला कॉम्रेड ए. यांनी मॉस्कोहून पाठवलं होतं.

आम्ही मॉस्कोला गेलो होतो, तेव्हा हिनेच सगळी माहिती आम्हाला विचारली होती. सेमोवाच्या फसवणुकीचा किस्साही तिला माहीत होता. ती म्हणाली, ''खरं

तर तुम्ही अगोदरच आमच्या संस्थेकडे यायला हवं होतं; पण ते जाऊ दे. मी विचारायला आलेय, की सध्या तुम्हाला तातडीनं कुठल्या गोष्टीची गरज आहे? मला संस्थेनं पाठवलं आहे. प्रमाणपत्र तुम्ही पाहिलं आहेच.''

सेमोवानं हेच प्रश्न आम्हाला विचारले होते, त्यामुळं आम्ही सगळेच गप्प बसून एकमेकाकडे पाहत राहिलो. प्रत्येकाच्या मनात थोडाफार संशय होताच.

मग तीच म्हणाली, ''तुम्हाला संशय येणं साहजिकच आहे; पण तुम्ही येण्याआधी वाल्यानं मला तिची गरज सांगितली आहे.''

मी अवाक् झाले. मी काही बोलायला तयार नव्हते अन् वाल्यानं बोलूनही टाकलं होतं.

''वाल्या तू काय सांगितलं होतंस मला, आठवतंय?'' तिने विचारलं.

''हो, मी म्हटलं, की आम्हाला एक गाय हवीय. आमच्याकडे गाय नाहीये.'' वाल्या म्हणाली.

मला मात्र लाजल्यासारखं झालं.

ठीक आहे. गाय हवी, हे निश्चित झालं. आत्ता मी निघते, उशीर झालाय. पुढचं पत्र येईलच, असं म्हणून ती उठली. ती जायला निघाली. मी तिला चहा घेऊन जायचा आग्रह केला; पण तिला वेळ नव्हता.

ती गेली मात्र, सगळ्यांनी एकदम बोलायला सुरुवात केली. सर्जीनं वाल्याकडे बघत म्हटलं, ''काय पोरगी आहे. सरळ सांगून टाकलं गाय हवीय म्हणून.''

जेनिया म्हणाली, ''आई, मला वाटलं ही मागून मागून काय मागेल, पेपरमिंटची गोळी नाहीतर चॉकलेट.''

सेरेज्का एकदम गंभीर होऊन म्हणाला, ''सध्या बाबांना यातलं काही सांगू नका. धोकाबाजी झाली, तर आपल्यातच राहील. खरं असलं तर त्यांना आश्चर्य वाटेल.''

आणि एक दिवस पोस्टमननं एक रजिस्टर पत्र आणून दिलं. पाकीट मॉस्को सोव्हिएतच्या ऑफिसमधून आलं होतं. कचेरीचा शिक्का होता.

आम्हाला ऑफिसमधे बोलावलं होतं.

ठरलेल्या दिवशी मी अन् जेनिया तिथे गेलो. एका भव्य आणि सजवलेल्या हॉलमध्ये एका हसतमुख व्यक्तीनं आमचं स्वागत केलं. हॉलमध्ये बरेच लोक होते.

माझा उल्लेख करून ती व्यक्ती म्हणाली, ''या आजच्या आपल्या प्रमुख पाहुण्या आहेत.'' मला कल्पनाच नव्हती, की तो हे मला उद्देशून म्हणतोय. म्हणून मी मागे वळून पाहिलं. रशियाची प्रसिद्ध अभिनेत्री तमारिनानं हॉलमध्ये प्रवेश केला. मी संकोचानं मागे सरकले. त्याच वेळी समारंभ प्रमुख म्हणाला, ''वा, गंगेसारख्या दोन पवित्र नद्या अन् दोघी एकाच वेळी, एका स्थळी.''

मी पार ओशाळून गेले होते. तमारिनानं माझ्याशी हस्तांदोलन केलं. मी मनात

म्हटलं, आजच्या समारंभाची प्रमुख पाहुणी हीच असणार. व्यवस्थापकांचीच सांगण्यात काहीतरी चूक झाली असावी.

पण तिथल्या खुल्या वातावरणात माझं शंकानिरसन झालं. व्यवस्थापक खरंच दिलखुलास माणूस होता. त्यानं एक सीलबंद लिफाफा माझ्या हातात ठेवत म्हटलं, "आपल्याला गायीची आवश्यकता आहे, असं कळलं. या पाकिटात सातशे रुबल्स आहेत. त्याचा कृपया स्वीकार करा. एक चांगली गाय खरेदी करा. म्हणजे मुलांच्या दुधाचा प्रश्नच राहणार नाही."

सर्वांचे परत परत आभार मानून मी उठले. मी अन् जेनिया परस्पर डेव्हिडच्या कारखान्यांत गेलो.

आनंदानं आमचे पाय जमिनीवर ठरत नव्हते. जेनिया मॉस्कोच्या ऑफिसमधे गप्प बसली होती. इथं तिची टकळी सुरू झाली.

त्यानंतर येणाऱ्या पहिल्याच बाजाराच्या दिवशी मी आणि डेव्हिड गाय खरेदीला गेलो. बाजारात गायी होत्या; पण भाव चढे असल्याने पैसे कमी पडले, त्यामुळे त्या दिवशी तरी गाय घेता आली नाही. सर्वानुमते असं ठरलं, की हे पैसे आम्ही सध्या बँकेत ठेवावे. आणखी पैसे साठले, की गाय घ्यावी.

सरकारी मदतीचा थोडा फार का होईना आधार होता. तोपर्यंत आम्हाला मिळालेल्या मदतीबाबत लोकांना कळलं होतं. ते भेटायला येत.

तसं आम्ही सगळेजणच बागेत काम करायचो, त्यामुळे उन्हाळा अन् थंडी दोन्ही ऋतूत फायदा व्हायचा.

हल्ली एक गोष्ट माझ्या लक्षात यायला लागली होती. वाल्या नीट काम करत नव्हती. टाळाटाळ करायची. खरंतर ती तशी नव्हती. थोडी उर्मट अन् हट्टी झाली होती. मी तिला कितीतरी सांगितलं, की हे बघ, आम्ही सगळे काम करतो ना! तू का नाही करत?

पण ती माझ्या बोलण्याकडे दुर्लक्ष करायची अन् नुसतीच भटकत राहायची. मलाही कळत होतं, की मुलांचं वागणं कधी असं, कधी तसं असायचंच, ते घटकेत बदलतं.

मग मला एक युक्ती सुचली. आमच्या घरचा मुलांच्या बुटांचा प्रश्न सुटला नव्हताच कधी. बूट फाटायचे, मुलं वाढू लागली, की पहिले बूट लहान व्हायचे.

मी वाल्याला म्हटलं, "वाल्या, तुला यंदा थंडीसाठी नवीन उबदार बूट घ्यायचे का?" वाल्यानं होकारार्थी मान डोलवली.

मी म्हटलं "हरकत नाही, घेऊ या; पण माझ्याकडे पैसे नाहीयेत. तू काम करून मिळवलेस तर घेऊ या."

"मी काम करून पैसे मिळवायचे! मी कसलं काम करणार?" तिने विचारलं.

मला तेच पाहिजे होतं. मी म्हटलं, हे बघ वाल्या, तुला पुदिन्याची पानं ओळखता येतात. तू ती जंगलात हिंडून गोळा करायचीस एक टोपलीभर. ती मी सुकवून ठेवीन. विकून पैसे येतील अन् मग तुला बूट घेता येतील.

वाल्या आनंदानं पानं गोळा करायला लागली. माझा हेतू साध्य झाला. तशी जेनियाही हट्टी होती. वाल्याही तशीच; पण ती जेनियाप्रमाणे जमिनीवर हातपाय आपटायची नाही. थयथयाट करायची नाही. एकटी कुठे जायचीही नाही; पण हट्टीपणात दोघी सारख्या.

रात्री निजताना मी वाशाचे हात-पाय, तोंड धुऊन त्याला निजवायची. वाल्याचं मात्र 'थांब गं आले, एक मिनिट.' चालू असायचं. सारखं आपलं 'आलेच. फक्त एक मिनिट.'

मला राग यायचा, कारण माझी कामं खोळंबून राहत.

तिची ही सवय घालवायचा मी निश्चय केला.

डेव्हिडच्या कारखान्याच्या नव्या इमारतीचं काम चालू होतं. कधी कधी त्यांना ओव्हरटाइमसाठी थांबावं लागे. मॉस्कोमध्ये आम्हाला नळ, वीज, गॅस पाइप असलेली खोली मिळाली होती. त्या दिवशी सेरेज्का, लेना, जेनिया नाटक बघायला गेले होते. मी वाशाचे हात-पाय, तोंड धुऊन त्याला झोपवलं. वाल्याचं नेहमीप्रमाणे "एक मिनिट थांब, आलेच." चालू होतंच. एकदम ती म्हणाली, "फक्त वीस-पंचवीस मिनिटं थांब." मी काही बोलले नाही. फक्त म्हटलं, "ठीक आहे; पण नंतर झोपायच्या वेळी सगळं आपलं आपण करायचं. मला वेळ नाहीये."

वाल्यानं माझ्या म्हणण्याकडे फारसं लक्ष दिलं नाही. मी माझं काम करायला लागले. घरात दुसरं कुणी नव्हतं. त्यामुळे शांतता होती.

वीस मिनिटांनी ती म्हणाली, "आई, आता मला झोपायचंय."

पहिल्या दिवशी जेनियानं फरशीवर लोळून, हात-पाय घासून जो तमाशा केला होता, तेव्हा मिशानं शिकवलेला धडा मला आठवला. मी म्हटलं, "काय घाई आहे, थांब थोडी."

पुन्हा पाच मिनिटांनी ती पुन्हा म्हणाली, "आई, मला झोप आलीय."

"ठीक आहे, पण आत्ता मला वेळ नाहीये. खूप कामं आहेत. तू आपले आपण कपडे बदल, हात-पाय तोंड धू." मी शांतपणे सांगितलं.

मग ती चिडचिड करत मोरीतल्या दगडावर जाऊन उभी राहिली अन् म्हणाली, "पाय नाही धुतले तर चालेल?"

"नाही. पाय तर धुवायलाच हवेत. दिवसभर मळतात." मी म्हटलं.

"पण पाणी किती गार आहे ना."

"असेल, मग मी काय करू?"

या संवादानंतर आदळआपट. मग पाणी भसकन ओतल्याचा अन् तांब्या पडल्याचा आवाज.

मी स्वयंपाकघरातूनच म्हटलं, "वाल्या, पाणी फरशीवर आलंय. फरशी पुसायला विसरू नकोस अन् बसायला घेतलेलं स्टूलही."

"माझ्यानं हे काम होणार नाही." वाल्या म्हणाली.

"मग हे माझंही काम नाही. मी वेळेवर गरम पाण्यानं तुझे हात-पाय धुणार होते, पण तुझं एक मिनिट, पाच मिनिटं संपतच नाही. आता जसं येईल तसं तूच करायचंस." मी माझा राग तसाच ठेवत म्हटलं.

सगळं करायला तिला अर्धा तास लागला. बादली, स्टूल जागेवर ठेवायचं, फरशी पुसायची. थकून गेली बिचारी आणि तिचं वय तरी काय होतं?

अंथरुणावर जाऊन निजली अन् तिने हळूच हाक मारली "आई." मी म्हटलं, "काय?"

"रागावलीस? आज निजताना माझा पापा नाही घेणार?"

झोपण्याअगोदर सगळ्या मुलांचा पापा घ्यायचा, डोक्यावरून हात फिरवायचा, थोपटायचं, पांघरुण घालायचं ही माझी सवय नव्हे, रिवाज होता. अगदी फारच मोठा अपराध असेल तरच मोडायचा. शिक्षा म्हणून.

वाल्यानं पुन्हा विचारलं, "आई, माझा पापा नाही घेणार?"

"नाही. वाल्या आत्ता नाही. खूप कामं आहेत." मी म्हटलं.

तिच्या स्वरातलं केविलवाणेपण पाहून खरं तर रडायलाच येत होतं; पण अगदी विचार करून मी स्वतःला सावरत होते.

"पण आई..."

"सांगितलं ना मला वेळ नाहीये म्हणून!"

रडून रडून वाल्याला झोप लागली असावी.

परिणाम मात्र छान झाला. वेळेवर हात-पाय तोंड धुवायला वाल्या येऊ लागली. बूट आणणार असं सांगितल्यापासून पुदिन्याच्या पानांचं कामही व्यवस्थित व्हायला लागलं. आळस गेला.

एकदा वाल्या पानं शोधत शोधत फाटकापर्यंत गेली. तिथूनच ओरडली, "आई, आई, आपल्या घरापाशी एक मोटार थांबलीय."

मुलांचा अन् मोटारगाडीचा कधी संबंध आलाच नव्हता, त्यामुळे आश्चर्यानं वाल्या ओरडली, तर नवल नव्हतं.

आम्ही लहान-मोठे सगळेच उत्सुकतेनं मोटारीपर्यंत पोहोचलो.

प्रावदा मासिकाच्या संपादक मंडळाचे काही सभासद आमच्या घरच्या सगळ्यांशीच गप्पा मारायला आले होते. मॉस्कोच्या ऑफिसमध्ये आम्ही गेलो होतो, तेव्हा तसं

त्यांनी आम्हाला सांगितलं होतं. गप्पा झाल्या, चहापाणी झालं. ते आमच्यात इतके मिसळले, की मुलांनी त्यांच्या मोटारीचा हॉर्न खेळ म्हणून वाजवायला सुरुवात केली. जेना अन् लेनानं त्यांना कुत्रीची पिल्लं दाखवली.

सभासद महाशयांनी मग कॅमेरा काढला. भारी किमतीचा वाटत होता कॅमेरा. मग फोटोच फोटो काढले. प्रत्येकाचा स्वतंत्र, ग्रुपचा, मुलांचा, घराचा, बागेचा, किती काढले ते विचारायलाच नको असं झालं. त्यांच्याच मोटारीतून आम्ही तलावावर पोहायला गेलो. हसणं-खिदळणं, उड्या मारणं, धावणं, विनोद, गप्पा याला उधाणच आलं होतं. आनंदच आनंद.

मला व्यक्तिगत, घरासंबंधी, मुलांबाबत बरेच प्रश्न विचारले गेले; पण त्यात औपचारिकता नव्हती. सगळं अगदी सहज घडल्यासारखं. मधून मधून ते डायरीत काही लिहीत होते; पण आम्हाला त्यात संशयास्पद असं काहीच वाटलं नाही.

आम्हीही मोकळेपणानं सगळं सांगत गेलो. मुलांचे छंद, हट्ट, त्यांचा आळशीपणा, भांडणं, कामाची टंगळमंगळ, त्यांचं प्रेम, द्वेष, श्रमाची आवड सगळं सांगितलं. मॉस्कोला कचेरीतून गाईसाठी मिळालेले पैसे कमी पडल्याचंही सांगितलं.

जाताना एक वर्षभर वर्तमानपत्र मोफत पाठवू, असं त्यांनी सांगितलं. तसंच काढलेले फोटोही ते पाठवणार होते. आमचा निरोप घेऊन मंडळी जायला निघाली.

लेना एकदम म्हणाली, "आई, आपण त्यांना रस्त्यापर्यंत पोहोचवायला तरी हवं होतं. रस्ता चुकतील ते."

लेनाला काय म्हणायचं होतं, ते ड्रायव्हरला कळलं असावं, तो म्हणाला, "खरं आहे तुझं म्हणणं. रस्ता दाखवायलाच हवा. ये, बैस गाडीत."

लेना अन् जेनिया एकमेकींकडे पाहायलाच लागल्या. त्या बहुतेक माझ्या परवानगीची वाट बघत होत्या. तोच ड्रायव्हर म्हणाला, "येऊ दे त्यांना."

मी परवानगी दिली. दोघी मोटारीत बसल्या.

मोटार चालू झाल्यावर त्यातला एकजण चेष्टेनं म्हणाला, "आता मुलींना परत नाही पाठवणार. मॉस्कोला घेऊन जातो."

या घटनेनंतर प्रावदामध्ये एक विशेष लेख प्रसिद्ध झाला. लेखाचं शीर्षक होतं 'इंजिनिअर फ्लौमर परिवार' लेखासोबत आमच्या सबंध कुटुंबाचा एक मोठ्ठा फोटो छापला होता, अगदी आमच्या जेरी कुत्र्यासह.

❑

६

प्रावदामधील लेखानंतर एक दिवस मला दोन पत्रं आली. एक प्रावदाच्या कचेरीतून आलं होतं. कचेरीत माझ्या नावानं खूप पत्रं आली होती. दुसरं होतं सोव्हिएत मंडळाचं– मॉस्को सोव्हिएत मंडळाकडून. त्यांनी मला त्यांच्या ऑफिसमध्ये बोलावलं होतं.

मला जायलाच हवं होतं.

जाताना ट्रेनमध्ये एक स्त्री माझ्याकडे सारखी सारखी पाहत होती. तिने मला तिच्याजवळ बसायला जागा दिली. म्हणाली, "नटालिया फ्लौमर आपणच का?"

मी म्हटलं, "हो; पण क्षमा करा, मी आपल्याला यापूर्वी पाहिल्याचं किंवा कुठे भेटल्याचं आठवत नाहीये." माझ्या स्वरात नम्रता होती.

"नाही नाही, तशी आपली ओळख झालेली नाही; पण मी शेकहँड केला, तर आपली काही हरकत नाही ना?"

यावर आम्ही दोघीही हसलो.

"मी प्रावदामध्ये तुमच्यावर आलेला लेख वाचला आहे." ती म्हणाली आणि एकाएकी ट्रेनमधले कितीतरी चेहरे माझ्याकडे वळले. कुणीतरी विचारलं, "लिहिलंय ते सगळं खरं आहे?"

पांढरी टोपी घातलेल्या एकानं विचारलं, ''पण पाच मुलं असून त्यातलं एकही तुमचं नाही, हे खरं आहे?''

एक जण चिडक्या आवाजात म्हणाला, ''माझा एकच मुलगा आहे, तर हैराण झालोय मी.''

प्रश्नांच्या सरबत्तीनं मी अगदी घेरली गेले होते.

काय अन् कसं उत्तर द्यावं समजत नव्हतं; पण माझ्याबरोबर जेनिया होती. तिने हे काम बरोबर केलं.

मग मुलं कुठून आणली? पती काय करतात? तुमची मिळकत किती? त्यात कसं भागतं? नवऱ्याला हे पसंत आहे का? मुलं खरंच प्रेम करतात का तुमच्यावर? हा शेवटचा प्रश्न जेनियाला आवडला नाही. ती म्हणाली, ''कुठलं मूल आपल्या आईवर प्रेम करत नाही?'' अन् माझ्या कानात हळूच म्हणाली, ''आई, हे प्रश्न असेच चालू राहणार का गं?''

शेवटी एकदा आम्ही मॉस्कोला आलो. मी अगोदर मॉस्को सोव्हिएतच्या कचेरीत आणि नंतर वर्तमानपत्राच्या कार्यालयात जायचं ठरवलं. मॉस्को सोव्हिएतच्या ऑफिसात आमचं छान स्वागत झालं. तिथले व्यवस्थापक म्हणाले, ''तुम्ही मोकळेपणानं काही सांगत का नाही? आणि गाईसाठी बाजारात जायची जरूरच नाही. आम्ही कृषिविभागाला पत्र दिलं असतं. तिथून आपल्याला गाय मिळाली असती. फार संकोच करता तुम्ही.'' खरं तर त्यांचं हे प्रेमाचं रागावणंच होतं.

त्यांनी आम्हाला गायीसाठी कृषी विभागाला पत्र दिलं. शुभेच्छा दिल्या. आम्ही जायला निघालो, तेव्हा म्हणाले, ''आता कशाची जरूर पडली, तर इकडेतिकडे न जाता थेट इथे यायचं ऑफिसमध्ये आणि मुळीच संकोच करायचा नाही.''

मग आम्ही प्रावदाच्या ऑफिसमध्ये गेलो.

''हे आहे तरी काय?'' मी समोरच्या पत्राच्या ढिगाऱ्याकडे पाहत म्हटलं.

''ही ना, तुम्हाला आलेली पत्रं.'' अगदी सहजपणे ते म्हणाले. जसं काही विशेष घडलंच नव्हतं.

''माझ्या नावे इतकी पत्रं? अन् कुठून आली?'' मी विचारलं.

''कुठून आली नाहीत ते विचारा. स्टॅलिनग्राड, लेनिनग्राड, देर्स्तोव्ह मारोस्लाव्हल, इवानोव्ह, गॉर्की सगळीकडून.'' ऑफिसमधला एकजण हसून म्हणाला.

मी मात्र पत्राच्या ढिगाऱ्याकडे विस्मयचकित होऊन बघतच उभी राहिले होते.

''आई, आता या सगळ्या पत्रांना उत्तरं द्यावी लागतील का गं?'' जेनियानं विचारलं.

''उत्तरं तर द्यावी लागतीलच; आणि त्यासाठी तुम्हाला एका सेक्रेटरीची जरूर भासणार आहे.'' दुसराही एकजण हसून म्हणाला.

पत्रांचा ढिगारा घेऊन आम्ही दोघी घरी आलो. उत्तरं लिहायला बसलो. प्रत्येक पत्राचा विषय वेगळा. काही पत्रं आमच्या मुलांच्या नावानं, काही माझ्या व डेव्हिडच्या नावानं, काही पत्रं सगळ्या कुटुंबाला उद्देशून होती. काहींच्या नुसत्या शुभेच्छा, अभिनंदन. काहींनी आमच्या कुटुंबाबद्दल प्रश्न विचारले होते. काहींनी त्यांच्या कुटुंबातील समस्या सांगितल्या होत्या.

सर्जीनं मुलांना आलेल्या जवळजवळ सर्व पत्रांना उत्तरं लिहिली. एखाद्या पत्राविषयी तो माझा सल्ला घ्यायचा.

शेवटी मीच त्याला म्हटलं, "तुझी सगळी पत्रं मी कशी वाचणार रे? तुला नाही का जमायचं उत्तरं लिहायला?"

"न जमायला काय झालं? पण चूक होईल म्हणून जरा भीती वाटते एवढंच." सर्जी म्हणाला.

जेनिया माझ्याजवळ आली. मी लेनाकडे पाहिलं. तिचं शिवणकाम चालू होतं. लेनाचं एक असायचं, कोणतंही काम करताना अडचण आली, की ते काम सोडायचं अन् शिवण घेऊन बसायचं. जेनिया म्हणाली, "आई, लेनाच्या अन् माझ्या मनात आलं, की जर आमचं व्याकरण चांगलं असतं, तर आम्ही तुझ्या सेक्रेटरी झालो असतो."

"आता कळलं ना व्याकरणाचं महत्त्व?" मी वेळ साधूनच बोलले.

तिघांनीही माना खाली घातल्या होत्या. पण हार मानणं लेनाच्या स्वभावातच नव्हतं. ती एकदम उठली अन् म्हणाली, "आई, जरा थांब. आलेच."

ती आतल्या खोलीत गेली अन् तिने व्याकरणाचं पुस्तक आणलं. अगदीच फाटलं होतं ते.

मी मनाशीच हसले. हेच पुस्तक पाहिलं, की लेनाला ताप भरायचा. लेना हसत म्हणाली, "अजूनही काही बिघडलं नाही आई. आण ती सगळी पत्रं इकडे. आता मी तुला प्रतिज्ञेवर सांगते, एकही व्याकरणाची चूक होणार नाही. बघतच राहा तू."

दोघी बहिणींनी शुभेच्छा, अभिनंदनाची पत्रं वाटून घेतली. "तुम्ही माझी सही केलीत तरी चालेल." मी म्हटलं.

"आई, पण मला वाटतंय, की सही तूच करावीस. लोकांना असं वाटायला नको, की हा पोरखेळ चाललाय. आपण यावर काहीतरी उपाय काढू." लेना म्हणाली.

दोघी बहिणींनी मिळून पुस्तकाचं पान न् पान वाचलं. पत्राचा मजकूर तयार केला. त्यासाठी दोन-चार कागदांची फाडाफाडी झाली अन् अखेर शेवटाचा एकदाचा पत्राचा मजकूर तयार झाला.

मुलींनी लिहिलं होतं,

"प्रिय बंधू

आपण दिलेल्या शुभेच्छांबद्दल आई आणि आमच्यातर्फे धन्यवाद. सध्या आमच्याकडे इतकी पत्रं आली आहेत, की एकटी आई या सर्वांना उत्तरं पाठवण्यास असमर्थ आहे. म्हणून आम्ही दोघींनी तिची सेक्रेटरी व्हायचं ठरवलं आहे व हे पत्र लिहीत आहोत.

आपल्या शुभेच्छांबद्दल आईनं आपले आभार मानले आहेत व आपणास नमस्कार सांगितला आहे.

आपली कृपाभिलाषिणी

— लेना व जेना फ्लौमर.

लेनानं भीतभीतच मला विचारलं, "आई कृपाभिलाषिणी मधली षि ऱ्हस्व ना?"

"हो. ऱ्हस्वच." मी म्हटलं.

पत्रं तर येतच होती. काही पत्रं अशी होती, की मी ती जन्मात विसरणार नाही. एका सैनिकानं स्वत: रचलेलं एक गीत वाल्या अन् वाशासाठी पाठवलं होतं. गाणं 'अस्वल' या विषयावर होतं. मुलांनी ते गाणं केव्हाच पाठ करून टाकलं होतं. गाणं म्हणत ती दोघं अंगणात धुडगूस घालायची.

एकदा प्रावदा वर्तमानपत्राच्या नावावर एका वाट चुकलेल्या मुलांचं पत्र आलं एका मळकट कागदावर वाकड्या तिकड्या अक्षरांत संपादकांनी ते छापलं.

त्यानं लिहिलं होतं, "आम्हाला जे भोगावं लागलं, ते तुमच्या पाचही मुलांना अनाथ असूनही भोगावं लागलं नाही, याचा आम्हाला आनंद होतोय. खरं तर आम्ही वाईट वागतोय हे आम्हाला कळतंय; पण आता त्याची इतकी सवय झाली आहे, की सुटू म्हटल्यानं या सवयी सुटत नाहीत." शेवटी त्यानं लिहिलं होतं आम्ही बारा जणं आहोत. आम्ही रोज एक पैसा वाचवतो. त्या पैशातून आम्ही प्रावदा वर्तमानपत्र घेण्यास सुरुवात केली आहे. या अगोदर आम्ही कधीच वर्तमानपत्र वाचलं नव्हतं.

पत्रासोबत संपादकानं छापलं होतं, या पत्राच्या लेखकांना भेटायला आम्हाला आवडेल. सवडीनुसार त्यांनी केव्हाही प्रावदाच्या ऑफिसमध्ये यावं.

निमंत्रणाप्रमाणे पत्राचे लेखक खरंच भेटायला आले. बाराच्या बारा जण आले नव्हते. त्यांनी तिघांना पाठवलं होतं. त्यातले जे दादा समजले जात होते, त्यांची स्थिती फारच वाईट होती. अस्वच्छ कपडे, चेहरा बेरकी, धीट.

माझ्या मुलांना यांना भेटायचं होतं. सुदैवानं त्या दिवशी आम्ही मॉस्कोतच होतो. परस्पर परिचय झाला. फ्लौमर परिवारातर्फे जेना व लेनानं प्रतिनिधित्व केलं. संपादकांनी हळूहळू या मुलांचे विचार जाणून घ्यायचा प्रयत्न केला. मुलंही मोकळेपणानं बोलली. अनाथालयात जाण्याचं त्यांचं आता वय नव्हतं. ती मोठी होती; पण हे

असलं गुंडगिरीचं, चोरीमारीचं जीवन त्यांना नको होतं. त्यातून सुटावं असं वाटत होतं. तशी इच्छा त्यांनी बोलून दाखवली.

या मुलांत जरा बसकं नाक असलेला, पण तगडा असा चौदा-पंधरा वर्षांचा एक मुलगा होता. खरं तर त्याला स्वयंपाक करायला आवडायचं. त्याला आचारी व्हायचं होतं. या बारा मुलांना खाण्यासाठी पदार्थ तोच करायचा.

दुसऱ्याला हत्यारं बनवायला, विजेसंबंधीचं काम करायला आवडायचं. तिसरा काहीच बोलत नव्हता; पण एवढंच म्हणाला, "ही दोघं जे करतील, तेच मी करणार."

प्रावदाच्या संपादकांनी त्या तिघांची नावं एका औद्योगिक शाळेत दाखल केली. त्या तिघांचीही पत्रं आम्हाला नेहमी येत. स्वयंपाकी व्हायची आवड असणाऱ्या मुलाचं पत्र छान असायचं. त्यानं लिहिलं होतं, "मला अगदी मनाजोगं काम मिळालंय. मी या कारखान्यातल्या उपहारगृहाच्या आचाऱ्याच्या हाताखाली काम करतोय. मी बनवलेलं सार सर्वांना आवडतं. कधीतरी येऊन तुम्हीसुद्धा साराची चव घ्यावी, अशी माझी इच्छा आहे.

सध्या मी एक नवीन प्रकारचा रस्सा तयार केला आहे. लोकांना तो खूप आवडतोय."

या मित्राबरोबर आमचा पत्रव्यवहार जोरात चालू होता. खूप पत्रं येत होती. इतक्या चांगल्या मजकुराची असायची, की मला खूप आनंद व्हायचा. मला स्वत:ला असा विश्वास वाटायला लागला, की माझी गणना चांगल्या स्वभावाच्या दयाळू अन् सज्जन माणसांत होते आहे.

तरीही एक अडचण होतीच. मी मुलांना कसं वळण लावते, कसं शिक्षण देते, हे विचारणारी पत्रं येत. मला प्रश्न पडायचा, 'काय उत्तर देऊ?'

खरं तर माझी वळण लावण्याची अशी काही खास पद्धत नव्हती. मुलांवर प्रेम करणं आणि त्यांच्या पालनपोषणात कोणतीही कसर न ठेवणं, एवढंच मी करत होते; पण लोक पत्रातून विचारतच राहायचे. मी माझ्याकडून होईल तेवढं शंकानिरसन करत असे.

पण एकंदरीत माझ्या एक गोष्ट लक्षात आली ती ही, की पत्रांतून कुतूहल, उत्सुकता यापेक्षा मातांचं अज्ञानच प्रगट व्हायचं.

काही दिवसांनी पत्रांची संख्या कमी झाली अन् भेटवस्तू यायल्या लागल्या. पाठवणारे प्रेमानं पाठवायचे; पण आम्हाला त्या घ्यायला संकोच वाटायचा. कधी कधी तर मला वाटायचं हे भेटींचं प्रकरण जरा जास्तच होतंय.

या भेटवस्तूंमध्ये उल्लेखनीय अशी गाईंची भेट होती. इतकी सुंदर अन् चांगल्या जातीची गाय आम्हाला मिळेल, असं स्वप्नातही वाटलं नव्हतं. ज्या दिवशी ही गाय

आमच्या घरी आली, त्या दिवशी एखादा सण साजरा करावा, तसं आम्ही केलं.

आम्ही भूरी गाय ज्या गोठ्यात बांधत होतो, तिथेच हिलाही बांधलं. गाय खरंच गरीब होती. भुवया पांढऱ्या होत्या. आम्ही गाईचं नामकरण केलं 'कबरी'.

आणखी एक भेटवस्तू आम्हाला मिळाली. आमच्या घराचा कायापालटच झाला.

एक दिवस फाटकाजवळ मोटारीचा हॉर्न वाजल्याचा आवाज आला. लेनानं फाटकाकडे धूम ठोकली. तिला वाटलं वर्तमानपत्राचे बातमीदार आले. बातमीदार आले नव्हते; पण डेव्हिडबरोबर ग्लावमुकाहून लोक आले होते. तिथल्या ट्रेड युनियन पार्टीचे लोक आले होते. समितीचे लोक. ते विचारायला आले होते, की घराची काही दुरुस्ती वगैरे करायची आहे का?

तसं म्हटलं, तर आमच्या घराची अवस्था जरा अशीतशीच होती. फरशी बऱ्याच ठिकाणी फुटली होती. व्हरांड्याची जाळीची चौकट हलत होती. कधी पाऊस जास्त झाला, तर छपरातनं पाणी गळायचं.

या मंडळींनी मुलांसाठी भेटवस्तूही आणल्या होत्या. लहानांसाठी बूट, लेना, जेनासाठी स्वेटर, सर्जीसाठी हातमोजे होते. ते त्याला त्याच्या वैमानिकाच्या शिक्षणासाठी उपयोगी होते. मिठाई तर इतकी आणली होती, की विचारायला नको.

मुलांनी तर या घरात इतकी मिठाई प्रथमच पाहिली होती. ती आश्चर्यानं पाहतच राहिली. मलाही अगदी भरून आल्यासारखं झालं. खरं तर अश्रू आवरण्यासाठी मुद्दाम खोकला आल्यासारखं करावं लागलं. या लोकांनी आमच्या मुलांसाठी जे केलं, ते पाहून मला गदगदून आलं होतं.

मुलांचा आनंद गगनात मावत नव्हता. बाहेर तसं उकडत होतं, तरी मुलांनी स्वेटर घातला. सर्जीनं हातामेजे घातले. तो हाताकडे आनंदानं बघत होता. मुलांच्या चेहऱ्यावरचे भाव बघून माझंही भान हरपलं होतं.

डेव्हिड आलेल्या पाहुण्यांशी गप्पा मारत होते. नेहमी गंभीर असणारे डेव्हिड आज अगदी विनोद करून त्यांच्याबरोबर हसत होते. या लोकांनी ग्रामोफोन आणला होता. हिरवळीवर मुलं नाचायला लागली. तिथेच आम्ही पाहुण्यांबरोबर चहा घेतला. त्यांनी ग्रामोफोनसकट आमची कबरी गाय, जेरी कुत्रा यांच्याबरोबर आमचे फोटो काढले.

जायच्या अगोदर त्यांनी वाल्या अन् वाशाच्या पायाची मापं घेतली. ट्रेड युनियनच्या समितीच्या अध्यक्षांनी मला सांगितलं, की मुलांच्या गरम कॅनव्हास-बुटांची तुम्ही काळजी करू नका. लवकरच आम्ही त्याची व्यवस्था करू.

पाहुण्यांनी निरोप घेतला. त्यांची मोटार आता स्टार्ट होणार, तेवढ्यात वाल्या तिच्या झोपण्याच्या पोशाखातच धावत धावत आली अन् म्हणाली, ''आई, पुदिन्याची

पानं द्यायचं विसरलीच की. आता काय करायचं?''

मी तिला सांगितलं, की मी उद्या कारखान्यात पानं देऊन येईन. स्वत:च्या कष्टाच्या पैशातून बूट घ्यायच्या तिच्या स्वाभिमानाला धक्का लावायचा नव्हता. तसं होणं योग्य नव्हतं.

ऑगस्ट महिन्यात सर्जीला विमानविद्या शिकवण्याच्या शाळेत प्रवेश मिळाला असल्याचा निरोप मिळाला. तो तर आनंदानं नाचायलाच लागला. जो भेटेल त्याला त्यानं प्रवेश मिळाल्याचं पत्र दाखवलं. त्यानं स्वत: ते पत्र कितीदा तरी वाचलं आणि आता सर्जी त्या शाळेत जायची तयारी करायला लागला.

सर्जी माझ्यापासून दूर जाणार होता. आयुष्यातला हा पहिलाच प्रसंग. एकीकडे मी तयारी करत होते; पण वाईटही वाटत होतं; पण सर्जीचा उत्साह, शिक्षणाची आवड पाहून मी आनंदित राहण्याचा प्रयत्न केला. मनाला बजावलं, या वेळेला तू सर्जीला धीर द्यायला हवास. तो धाडसी झाला पाहिजे. जे माझ्या हातात आहे, ते मी करायला हवं. मी मनाला समजावत होते; पण माझ्यातल्या आईला– मातृत्वाला समजावणं कठीण होतं. सर्जीच्या वियोगाच्या कल्पनेनं मी अर्धी मुर्धी ढासळले होते. मुलं मोठी झाली, की बाहेर जाणार. पाखरांना पंख फुटले, की ती उडून जाणार, हे कळत होतं तरीसुद्धा माझ्यातली आई मनातल्या मनात रडत होती.

सर्जी सारखा माझ्या भोवती भोवती करत होता. पत्र परत परत वाचून दाखवत होता. त्यासंबंधीची कात्रणं वाचून दाखवत होता. त्याच्या भविष्यातल्या बेतांविषयी सांगत होता. सगळ्यात हवाई सेना कशी श्रेष्ठ असते, ते पटवत होता. खरं त्यानं या गोष्टी मला अगदी कंटाळा येईपर्यंत ऐकवल्या होत्या; पण आज त्याच गोष्टी ऐकण्यात मला अपार आनंद मिळत होता.

आणि शेवटी तो दिवस उजाडला, आमच्या भावी वैमानिकाच्या जाण्याचा. त्याचं एकट्याचं सामान ते काय असणार? घरच्या सगळ्यांचे फोटो, पाहुण्यांनी दिलेले हातमोजे. मी त्याला बरोबर देण्यासाठी केक्स केले होते. जेनानं त्याच्या कपड्यांना इस्त्री करून ठेवली होती. वाल्या अन् वाशा मात्र सर्जीच्या मागे मागे फिरत होते.

मुलांचे वडील पाच वाजता ऑफिसमधून आले. गाडी आठ वाजता होती. सहा वाजता सर्जी आपल्या दोन मित्रांसह आला अन् आम्ही सगळे जेवायला बसलो. डेव्हिडनी येताना उंची मद्याची बाटली आणली होती. निरोप समारंभातला तो एक रिवाज होता.

ग्लासमध्ये थोडं थोडं मद्य ओतून डेव्हिडनी पेला उंच धरला. मनातली उद्विग्नता लपवण्याचा एक प्रयत्न होता. ''आमच्या भावी वैमानिकाच्या सन्मानार्थ!'' म्हणत ग्लासला ग्लास भिडवले. डेव्हिड म्हणाले, ''सर्जी, बेटा खूप शीक, मोठा हो. कुशल वैमानिक हो. आपल्या घराला, देशाला बट्टा लागेल, असं काहीही करू नकोस. तुझ्या नावाला कुठलाही कलंक लागू देऊ नकोस.''

माझे हात थरथरत होते; पण माझी ही अवस्था मुलांच्या लक्षात येऊ नये, म्हणून मी काळजी घेत होते.

"राष्ट्राच्या वायुसेनेच्या सन्मानार्थ आणि ज्यांनी माझं लालनपालन केलं, आम्हाला सन्मानानं जगायला शिकवलं, लायक बनवलं त्या माझ्या आई-वडिलांच्या... अम्मा-बाबूजींच्या सन्मानार्थ..."

सर्जीसकट सगळ्यांचाच गळा दाटून आला होता.

त्यानं अम्मा-बाबूजी शब्द उच्चारले अन् मला त्याचं निरागस बालपण आठवलं. लहानपणचा सर्जी आठवला आणि खरंच मी रडायला लागले; पण त्यामुळे वातावरण गंभीर होतंय, याची जाणीव होताच मी स्वतःला सावरलं आणि हास्य विनोदांत सामील झाले.

स्टेशनपर्यंत जाऊन सर्जी गाडीत बसेपर्यंत आमच्या गप्पा चालल्या होत्या. सर्जीनं निरोपाचा हात हलवला. गाडी सुटली. मला रडायला अवसरच मिळाला नाही.

आमचा पहिला पक्षी पंख फुटताच घरट्यातून उंच भरारी मारण्यासाठी उडून गेला होता.

साधारणपणे घराबाहेर पडलेल्या मुलाचं पहिलं पत्र आया नेहमी जपून ठेवतात. मीही तसंच केलं. सर्जीनं त्याच्या विमानविद्या शाळेतून मला पहिलं पत्र लिहिलं होतं.

"प्रिय आई — मी इथं सुखरूप येऊन पोहोचलो. आल्याबरोबर आमची नावं लिहून घेऊन आम्हाला आमच्या कामाचा युनिफॉर्म दिला. बूट, पायजमा, कोट, बनियन दिलंय. एक नवीन उबदार ब्लँकेटही आणि त्याबरोबर दोन चादरी, एक उशीही दिलीय. जरुरीचं सर्व सामान मिळालं आहे. या महिन्याच्या पाच तारखेपर्यंत मला माझा ओव्हरकोट मिळेल. मग मी खऱ्या अर्थानं वैमानिक शोभेन. तुला काळजी वाटेल म्हणून मुद्दाम लिहितो आहे. इथे जेवण खूप छान मिळतं. जेवणानंतर दूध, फळं, सॅलड असतं. आपल्याला हवं ते घ्यावं.

आई, तुझ्याकडे एक काम आहे. माझ्यासाठी, वैमानिकाची बटणं असतात ती हवी आहेत. पितळेची हवी आहेत. या बटणांना सुनहरी म्हणतात. बटणांचा आकार पाठवतो आहे. सध्या जो पोशाख दिला आहे, त्याला काळी बटणं आहेत. आम्हाला सोनेरी बटणं लावण्याचा अधिकार आहे; पण ती इकडे मिळत नाहीत. साधारण शंभर -सव्वाशे घेऊन ठेव. आश्चर्य वाटलं ना? फक्त मलाच नाही, तर माझ्या मित्रांनाही बटणं हवी आहेत."

बटणं मिळण्याचं ठिकाणही त्यानं कळवलं होतं आणि खाली एकच वाक्य होतं. दिवे मालवले गेले आहेत. म्हणून पत्र पुरे करतो. घरी सगळ्यांना शुभेच्छा.

बटणाच्या प्रतीक्षेत,

तुझा सर्जी."

सहीनंतर त्यानं एक मोठा अन् एक लहान असे दोन गोल काढले होते. ती बटणाची मापं होती.

पत्र वाचून मला जरा हसूच आलं. साधारणपणे मुलांना सोनेरी बटणं आवडतात आणि आता या मुलांना तो अधिकार मिळाला, तर बटणंच नव्हती.

मी सर्जीनं सांगितलेल्या मिलिटरी सप्लाइज शॉपमध्ये गेले. माझ्यासारख्या एका म्हातारीला अडीचशे बटणं खरेदी करताना पाहून आणि ती सर्जीनं दिलेल्या मापाबरोबर जुळतात का नाही ते पाहत असताना दुकानातली सगळी माणसं आ वासून माझ्याकडे बघायलाच लागली.

एकोणीसशे पस्तीसचा नोव्हेंबर महिना. अठ्ठावीस तारीख असावी. आमच्या घरात लवकर कामाला जाणारी म्हणजे लेना. ती सध्या एका विजेची उपकरणं बनवण्याच्या कारखान्यात काम करत होती. कारखाना खूप दूर होता. लेनानंतर जेनिया शाळेत जायची. त्यानंतर डेव्हिड कारखान्यात जायचे.

सकाळचे केरवारे आटपून मी वाल्या अन् वाशाला घेऊन जरा फिरायला निघाले होते. तोच धाडकन दरवाजा उघडत, उजव्या हातात वर्तमानपत्र फडकवत धापा टाकत माझी शेजारीण येऊन धडकली.

"अग नटालिया, नटाशा. पाहिलंस का, काय काय लिहून आलंय ते? मी नवऱ्याला कितीदा सांगितलं, की बघ काय लिहून आलंय ते; पण त्याचा विश्वासच बसत नाहीये. मी सारखी म्हणतेय, की आपल्या नटाशा फ्लौमरबद्दलचीच बातमी आहे, तर म्हणतो शक्यच नाही. दुसरं कुणीतरी असेल. आता काय करू सांग. सांगतीय तर पटत नाहीये. हे पुरुष ना, बाईला काही कळत नाही, असंच धरून चालतात. खरंच सांगते, माझ्या शेजारणी, तुझं अभिनंदन! अगदी टोपल्या भरून, गाडी भरून तुझं अभिनंदन. किती अभिमानाची अन् आनंदाची बातमी आहे गं!"

तिच्या बोलण्याचा धबधबा इतका प्रचंड होता अन् इतक्या वेगानं कोसळत होता, की ती नक्की काय अन् कशाबद्दल बोलतेय, तेच लक्षात येईना. मी सारखी म्हणत होते, अग काय आहे ते तरी सांग; पण पठ्ठी बडबडतच सुटली. वर्तमानपत्र काही सोडेना. शेवटी मी म्हटलं, "नीट काही सांगशील का नाही? मला जरा वर्तमानपत्र पाहू दे. तू काय म्हणतेयस ते लक्षात येत नाहीये."

एवढ्यात टेलिफोनची रिंग वाजली. शेजारणीनं फोन उचलला, म्हणाली, "तुझाच आहे." मी फोन घेतला.

"नटाशा," आवाजावरूनच मी ओळखलं डेव्हिडनी फोन केला होता. "नटाशा तू वाचलंस? तुला कळलं का?....." पण त्यांचा गळा दाटून आल्यासारखा झाला होता.

मी मात्र काहीतरी भयंकर घडल्यासारखी घाबरून गेले होते. शेवटी मला रागच

आला. मी जोरात ओरडले, "डेव्हिड, बोलत का नाही? काय घडलंय ते नीट सांगत का नाही?"

मला समजत होतं, की मी जरूर नसताना गळा फाडफाडून फोनवर बोलत होते.

"तू आजचं वर्तमानपत्र वाचलेलं दिसत नाहीयेस. ऐक मी काय सांगतो ते. सांगतो कशाला जे लिहिलंय ते वाचूनच दाखवतो."

"ऐक 'सोव्हिएत संघ केंद्रीय कार्यकारिणी समितीच्या सभापती मंडळाच्या बैठकीत सर्व संमतीनं मॉस्कोस्थित डेव्हिड इवानोविच फ्लौमर आणि नटाशा फ्लौमर या दांपत्याला पाच अनाथ, मुलांचं पालनपोषण करून उत्तम नागरिकाचं कर्तव्य काय असतं, याचं उत्तम उदाहरण घालून दिल्याबद्दल आणि देशाच्या समाजहिताचं उत्तम काम केल्याबद्दल राज्यातर्फे उच्चतम सन्मान करण्याचं ठरलं आहे.' "

आमच्यासारख्या अतिसामान्य कुटुंबाचं राष्ट्रानं केलेलं हे कौतुक पाहून मला काय वाटलं ते सांगण्यासाठी शब्दच नाहीत.

माझं हृदय कृतज्ञतेनं भरून आलं. त्याचबरोबर माझ्यावरच्या आणखी एका जबाबदारीची जाणीव झाली आणि मी निश्चय केला, की राष्ट्रानं माझ्यावर जो विश्वास दाखवला आहे, त्याला मी योग्यच ठरेन.

माझ्या आठवणीत डेव्हिड त्या दिवशी प्रथमच कारखान्यातून लवकर घरी आले. आम्ही दोघं एकमेकांसमोर बसलो होतो; पण काही न बोलता.

या अगोदरचा सगळा जीवनपट डोळ्यांपुढून जात होता. सेरेज्का, लेना, जेना आणि दोन छोटी मुलं यांचं आमच्या घरातलं प्रथम आगमन आठवत होतं.

आम्ही दोघांनीही ती बातमी पुन:पुन्हा वाचली.

मला सारखं वाटत होतं, की एखादं महत्त्वपूर्ण साहस, शौर्य म्हणा, अशासारखं काही काम केलं, की सन्मान केला जातो; हे योग्यच.

मला कळेना, की आम्ही असं कोणतं महत्त्वाचं काम केलंय?

दोघंही तोच विचार करत होतो. तेवढ्यात फोनची रिंग वाजली. वीज कारखान्यातून लेनाचा, शाळेतून जेनाचा फोन आला.

ग्लावमुका गावात असणारे आमचे साथीदार, मित्रमंडळी, इतर परिचित, प्रावदाचं 'संपादक'मंडळ, दुसऱ्या एका समाचारपत्राचे संपादक, सिनेमा समाचार विभाग, सगळीकडून फोनच फोन आले. सगळ्यांनी आमचं अभिनंदन केलं होतं, शुभेच्छा दिल्या होत्या. आम्हीही सगळ्यांचे आभार मानले.

मी अन् डेव्हिडनी सोव्हिएत संघ केंद्रीय व्यवस्थापक समितीचे सभापती यांच्या नावानं एक पत्र लिहिलं आणि आमची कृतज्ञता व्यक्त केली.

आमचा क्रेमलिनमध्ये सत्कार झाला. त्यावेळी आम्हाला मानपत्र आणि पंधरा हजार रुबल्स दिले. याच वेळी डेव्हिडना स्वत:च्या प्रकृतीच्या काळजीसाठी म्हणून

प्रॉव्हिडंट फंडातून बरेच पैसे मिळाले. आटाचक्की उद्योगाकडून मुलांसाठी म्हणून काही पैसे मिळाले. जे जे काही होत होतं, ते मला स्वप्नवत वाटत होतं.

पैसे हातात येताच आम्ही एक गोष्ट केली. काही कारणानं अडीअडचणीला आम्ही कर्जाऊ पैसे घेतले होते, त्या सर्वांची देणी देऊन टाकली. घराची थोडीफार डागडुजी केली. थंडीमधे गारठा बाधू नये, म्हणून असलेल्या साधनांत थोडी सुधारणा केली. थोडं फर्निचर घेतलं. दोन्ही मुलींना हवे असलेले कॅनव्हासचे बूट, पावसाळी बूट आणि रेशमी ब्लाऊज घेतले. वाल्या अन् वाशाला आत्तापर्यंत नवीन असं काही घेतलंच नव्हतं. त्यांना मी नखशिखांत नव्या कपड्यांनी सजवलं. सर्जीला नव्या कपड्यांचं पार्सल पाठवलं. राहता राहिलो आम्ही दोघं. दोन्ही मुलींनी आमच्यासाठी नवे कपडे आणले.

यानंतर मात्र पत्रांचा पाऊसच पडला.

याच पत्रांत आम्हाला निऊषाचं पत्र मिळालं. निऊषा अगदी प्रथम आमच्याजवळ राहत होती. आमची स्वर्गीय भाची फ्लेरोच्काची ती मैत्रीण होती. तिने लिहिलं होतं, "वर्तमानपत्रातली बातमी वाचून खूप आनंद झाला. तुम्हाला भेटावंसं वाटत होतं; पण तुम्ही कुठं आहात ते माहीत नव्हतं, म्हणून भेटू शकले नाही."

"आज फ्लौमर या नावाखाली जे वाचलं, त्यावरून ते तुम्हीच आहात, हे लक्षात आलं. लहानपणी तुम्ही मला खूप प्रेमळपणानं अन् मायेनं वागवलं आहे. ते मी विसरू शकत नाही. माझ्या आईनं मला तुमच्यापासून उगीचच दूर केलं. तुमचा आधार तुटला, नंतरचे आमचे दिवस खूप वाईट गेले. आता तसं बरं आहे; पण मला एका गोष्टीचं आश्चर्य वाटलं, फ्लौमर परिवारात फ्लेरोच्काचं नाव का नाही? तिची काय खबर?"

निऊषाला बहुतेक फ्लेरोच्काच्या मृत्यूची बातमी समजली नसावी. मी निऊषाला पत्र पाठवून बोलावून घेतलं. तीही लगेच आली. मॉस्कोपासून जवळच राहत होती आणि लेथवर काम करत होती. लग्न होऊन तिला मुलंही झाली होती. तिचा संसार चांगला चालला होता.

निऊषा आली, ती संध्याकाळ गप्पांतच गेली. जुन्या दिवसांच्या आनंददायक, दु:खदायक सगळ्या आठवणींना परत उजाळा मिळाला. निऊषा आम्हाला भेटली, खूप बरं वाटलं.

आम्हाला पत्रं तर येतच राहिली. लेना, जेना उत्तरं लिहीतच होत्या. तसं त्यांना अभ्यास, घरकामातून सवड मिळत नव्हती आणि या बातमीनं पत्रोत्तराचं काम वाढलंच होतं. या पत्रांतून शुभेच्छांबरोबरच मुलांबाबत काही समस्या लिहून त्याबाबत सल्लाही विचारला होता.

काहींनी आम्हाला आलेले प्रश्न आम्ही कसे सोडवले, ते विचारलं होतं. काही

पत्रांत, तर त्यांचं म्हणणं कोणताही आडपडदा न ठेवता लिहिलं होतं. त्यांची अशी समजूत होती, की ही सर्व मुलं माझी स्वत:ची नसल्यामुळे त्यांचं पालनपोषण करणं सोपं होतं. मी त्यांची सख्खी आई नव्हते, त्यामुळे पोटच्या मुलांसारखं तुमचं प्रेम नसणारच. बऱ्याच लोकांना असं वाटत होतं. या सर्वांचं म्हणणं खरं की खोटं, याचा निर्णय करणं कठीण होतं. मला स्वत:ला मुलं नव्हती हे खरं; पण ती असती, तर त्यांच्यावर जेवढी माया केली असती, तेवढीच किंबहुना त्यापेक्षाही जास्त माया मी या मुलांवर केली. संस्कार केले.

या पत्रामुळे एक मात्र झालं, या पत्रातल्या मजकुरामुळे आम्ही भूतकालीन घटनांचा, एकंदर जीवनाचा आढावा घेऊन त्याचं मूल्यांकन करायला लागलो.

तसं म्हटलं तर मुलांना वागवायची अमुक एक पद्धत असते, असं सांगता येणार नाही. प्रत्येक मुलाचं व्यक्तित्व, आवडनिवड वेगवेगळी असते. त्याप्रमाणं वागावं लागतं. कधी नुसता डोळ्यांचा धाक पुरेसा असतो. काही वेळेला मुलांशी अबोला हीदेखील शिक्षा होऊ शकते. मी माझ्या मुलांशी वेगवेगळ्या पद्धतीनं वागत आले. मला आठवतंय जेनिया एकदा म्हणाली होती, ''मला नको तुझ्यासारखी आई.'' तेव्हा हातात ब्रेडचा तुकडा देऊन मी तिला घराबाहेर काढलं होतं अन् म्हटलं होतं, ''शोध नवी आई.'' पण हे पत्रात लिहूनही पत्र पाठवणाऱ्याचं समाधान होईलच, अशी खात्री देता येत नव्हती.

आपण आपल्या मुलांना ताब्यात कसं ठेवता? या प्रश्नाला माझं उत्तर प्रेम, धैर्य आणि निश्चय असंच होतं.

दुसरं म्हणजे आम्ही मुलांकडून आदर्श वागणुकीच्या भरमसाट अपेक्षा ठेवल्याच नव्हत्या. मुलं बागेत, मातीत, पाण्यात, खेळत, दंगामस्ती करत. क्वचित मारामारीही होई. आरडाओरडा, पळापळी सर्व काही असे; पण आम्ही याबद्दल रागावलो नाही. तशाच मळक्या अंगानं घरात आली, तरीही रागावत नव्हतो; पण जेवण्याअगोदर हात, पाय, तोंड धुऊन मगच जेवायचं, हे सगळ्या घरानं एकदा मान्य केल्यावर मुलांनाही ते करावं लागणार हे निश्चित. तसंच आपल्या आईला खूप कष्ट पडतात, तिचंही वय झालंय, तेव्हा तिला जेवणासाठी वाट पाहायला लावायची, हे मुलांना मान्य नव्हतं. त्यामुळे जेवणं वेळेवर व्हायची. आईला मदत करायची, हे मोठ्यांनी मान्य केलं, की लहानांना सांगावं लागत नाही.

या सगळ्या पत्रोत्तरांच्या अन् वागणुकीच्या गुंतागुंतीत असतानाच एक दिवस मला आढळून आलं, की माझ्या मुली प्रेमात पडल्या होत्या.

तरुणपणी दोन मनांचं अकृत्रिम आकर्षण स्वाभाविक असतं. अगदी दुधाचे दात नाही का पडत सहज? तसंच माझ्या मुलीही काही जगावेगळ्या नव्हत्या; पण हा सिद्धांत माहीत असूनही माझी तशा प्रकारच्या आचरणाला मान्यता नव्हती.

लेनाचं पहिलं प्रेम तर तेरड्याचे रंग तीन दिवस म्हणतात तसं झालं. रोज रोज घरी येणारा तिचा प्रेमिक आमच्या जेरी कुत्रीचं पिल्लूच उचलून घेऊन गेला. तेव्हाच लेनाचं प्रेम धुळीला मिळालं. माझ्या गळ्यात पडून लेना खूप रडली. या गोष्टीचा तिच्या मनावर फार परिणाम झाला होता. पण माझ्या मनात मात्र एक शंका राहून राहून येत असे, की ही कुत्र्याच्या पिल्लाची चोरी की पुरुष जातीवरचा अविश्वास?

लेना मला नेहमी विचारायची ''आई तो माझ्याकडे येत होता, ते फक्त कुत्र्याचं पिल्लू पाहिजे होतं म्हणून का गं?''

मी तिला धीर देऊन म्हणायची, ''नाही गं राणी त्याला तू हवी होतीस.'' पण पिल्लू जाणं आणि तेही त्याच्याकडून या गोष्टीमुळे तो विश्वासपात्र नाही, असं तिला वाटलं.

हे प्रकरण पुसट होतंय तोवर आणखी एक प्रकरण उद्‌भवलं. आमच्याच नात्यातला आणि दूरच्या संबंधातला एक गृहस्थ. हो गृहस्थच, कारण तो अगदी प्रौढ होता. आमच्या घरी त्याचं येणं-जाणं वाढायला लागलं होतं. तो लेनाचे लाड करायचा. मी नसले, की तासन्‌तास बसायचा. ग्रामोफोनवर गाणी लावायचा. मला त्याचं लक्षण ठीक दिसेना. रंगढंग वेगळे वाटले; पण लेना त्याच्या वागण्यावर बेहद्द खुश होती. त्याला यायला मनाई करावी, तर लेना दुखावली जाणार होती.

माझं लेनाकडे बारीक लक्ष होतं. तिचं मन जाणून घ्यायचा मी प्रयत्न करत होते. माझी लेना फसणार तर नाही ना? या शंकेनं माझं मन अस्वस्थ होई. तो तिचं खूप कौतुक करायचा आणि याचाच लेनाला अभिमान वाटायचा.

एक दिवस मात्र मी त्याला फैलावर घेतलं. म्हटलं, ''हे पाहा, लेना तुमची जीवनसाथी म्हणून कधीच राहू शकणार नाही. तुमच्या अन् तिच्या वयात केवढं तरी अंतर आहे. लग्नच करायचं असेल, तर तुम्हाला शोभेल अशी दुसरी मुलगी पहा. लेनासारख्या मुलीला का नादी लावताय?''

एक अविश्वासाची नजर माझ्याकडे टाकत तो म्हणाला, ''मावशी, नव्या पिढीला समजावून घ्यायला तुम्ही असमर्थ आहात.''

त्याच्या या वक्तव्यानं तर माझं माथंच भडकलं. तरी मी शांतपणानं विचारलं, ''असमर्थ कशी काय? नव्या पिढीचे उद्देश, आदर्श आम्हा बुजुर्गांच्या तुलनेत भिन्न आहेत का?''

''नाही नाही. तसं नाही. मला राजनीतीच्या दृष्टीनं म्हणायचं नव्हतं. भावनेच्या दृष्टिकोनातून म्हणायचंय. आता जोडी जमणं, म्हणजे लग्न जमणं नवरा-बायको म्हणून राहणं कालबाह्य झालं. आजकालच्या तरुण मुली लग्नबंधनात पडण्याअगोदरच थोडा अनुभव घेऊ पाहतात. काही जणी तर लग्न न करताच लग्नाचं सुख उपभोगतात आयुष्यभर.''

तो हसत म्हणाला.

मला त्याचं बोलणं किळसवाणं वाटलं. तरीही मी म्हटलं, "महाशय, आमच्या तरुणपणीही मागं मागं फिरणारे होतेच; पण तसं कशाला, आपण लेनालाच विचारू या ना! तुमच्या या म्हणण्यावर तिला काय वाटतं ते कळेल."

मग मात्र तो गडबडला. म्हणाला, "त्याची काही आवश्यकता वाटत नाही मला." आम्ही बसलो होतो तिथेच मी लेनाला बोलावलं आणि म्हटलं, "लेना, तुझं आणि या गृहस्थांचं एकत्र बसणं, बोलणं, फिरणं, करमणूक बऱ्याच दिवसांपासून माझ्या ध्यानात आलंय. प्रथम मी घरी असताना येत होते. हल्ली मी नसतानाही येतात. तेव्हा विचार केला, उघडच काय ते बोलावं म्हणून तुला बोलावलं."

लेना खाली मान घालून रुमालाशी बोटानं चाळा करत होती. मी म्हटलं, "लेना, या सद्‌गृहस्थांचं असं म्हणणं आहे, की मी नव्या पिढीला समजावून घेऊ शकत नाही. त्यांचं म्हणणं आजकालच्या मुली लग्न करण्याअगोदर लग्नासारखं राहून अनुभव घेऊ इच्छितात. कच्चं लग्न म्हणू या हवं तर आपण आणि तुझ्याबरोबर असं कच्चं लग्न करून राहायला हे सद्‌गृहस्थ तयार आहेत."

मी मुद्दामच त्या गृहस्थांचेच शब्द वापरत होते.

रागानं लेना ताडकन उठली, "त्यांची ही हिंमत? आय हेट हिम." असं म्हणून ती तिथून निघून गेली.

औषध कडू होतं; पण एका डोसमधे भागलं होतं.

मलाही एक समाधान मिळालं, की मुलींनाही योग्य-अयोग्य कळतं. फक्त ते पारखण्याची क्षमता त्यांच्यात यायला हवी. मग त्या अशा माणसाला जवळ उभंसुद्धा करणार नाहीत. लेनाचं प्रकरण इथंच संपलं.

जेनिया लेनाची बहीण. कदाचित तिचीही अवस्था अशीच झाली असती; पण दोघींत दोन वर्षांचं अंतर होतं. लेनाला आपल्यावर कुणीतरी प्रेम करत आहे, योग्य शब्द म्हणजे आपल्यावर कुणीतरी 'मरत आहे,' ही भावना सुखावून जाई; पण तेवढंच आणि दुसरं म्हणजे कोणतीही गोष्ट लपवून ठेवायचा तिचा स्वभाव नव्हता. तिच्या मनातली गोष्ट ती भराभरा बोलून टाकायची.

याच्या अगदी उलट जेनिया. लेनाबद्दल तिला द्वेष नाही; पण हेवा वाटायचा. तिलाही वाटायचं, आपल्याला कुणीतरी फुलं द्यावीत. नाच, सिनेमासाठी निमंत्रण द्यावं.

मुळात ती अबोल. खोट्या प्रतिष्ठेला बळी पडून, मोकळेपणानं न बोलल्यामुळे ती फसेल की काय, याची मला सतत चिंता होती.

हल्ली हल्ली माझ्या लक्षात येत होतं, की जेनियाला सिनेमा पाहायचा नाद लागलाय. तो वाढतोय.

प्रथम प्रथम ती म्हणायची, “आई, मी सिनेमाला जाऊ? मैत्रिणी जाणार आहेत. मला पण बोलावलंय.” मी परवानगी देई; पण मला हे शोधून काढायचं होतं, की अशा नेहमी नेहमी सिनेमाला बोलावणाऱ्या हिच्या मैत्रिणी आहेत तरी कोण?

आपल्या मुलांच्या मित्र-मैत्रिणी आपल्याला माहीत हव्यात, यावर माझा कटाक्ष होता. कारण कधी कधी आई-वडिलांपेक्षा मित्रांचा परिणाम अधिक होतो. अधिक प्रभाव पडतो.

एक दिवस मी दिवसभराच्या कामानं दमले होते. म्हणून संध्याकाळी आराम करत होते. जेनियानं नेहमीप्रमाणे विचारलं, “आई, मी सिनेमाला जाऊ?”

डेव्हिड वर्तमानपत्र वाचत होता. त्यांनी चटकन सांगितलं, “नाही.”

“का नाही?” जेनानं विचारलं.

“तू या आठवड्यात दोनदा सिनेमा पाहून आली आहेस. आता परत जायची जरूर नाही.” डेव्हिडनी ठामपणे सांगितलं.

“फक्त आजच जाऊ दे ना. खूप छान सिनेमा आहे. मग खूप दिवस जाणार नाही.” जेना गयावया करत होती.

लेनाला तिची चेष्टा करायची लहर आली. “अरे, अरे, बाबांच्या इतक्या विनवण्याही उपयोगी पडल्या नाहीत ना?” असं म्हणत ती हसली.

जेनियाच्या डोळ्यांत पाणी आलं. ती पुन्हा डेव्हिडना म्हणाली, “एवढाच पाहू दे ना!”

डेव्हिडनी यावर जोरातच सांगितलं, “जेनिया, यावर आता चर्चा नाही. मी सांगितलय तुला, आज जायचं नाही. परत कधी तरी माझ्याबरोबर नाहीतर आईबरोबर जा.”

“पण तुम्हाला सवडच नसते आणि मला आजच जावंसं वाटतंय.” जेनाही आपला हट्ट सोडायला तयार नव्हती.

इतका वेळ मी गप्प पडून सगळं ऐकत होते. जेनियाचा उदास चेहरा पाहून मी म्हटलं, “इतका वेळ मला विश्रांती मिळालीय, आता बरं वाटतंय. मलाही सिनेमाला जावं असं वाटतंय. चल मी पण येते. तू पुढे जा अन् दोन तिकिटं काढ.”

मला वाटलं सिनेमा पाहायला मिळणार, म्हणून जेना नाचायला लागेल. पण ती एकदम गंभीर झाली अन् एवढंसं तोंड करून उभी राहिली.

आता मात्र माझा संशय बळावला. मनात म्हटलं, ‘सिनेमाचं आपलं नुसतं निमित्त दिसतंय. खरी गोष्ट वेगळीच वाटतेय.’

आता जेनियालाही दुसरा काही पर्याय नव्हता. पंधरा-वीस मिनिटांत ती दोन तिकिटं घेऊन आली; पण नजरेला नजर न देता म्हणाली, “उशीर झाला होता, म्हणून दोन वेगवेगळ्या जागांची तिकिटं मिळाली.”

“राहू देत तुझ्याजवळ.” मी शांतपणे म्हटलं.

माझा संशय खरा ठरणार, असं मला नक्की वाटत होतं. आम्ही थिएटरजवळ आलो. जेनिया उदास तर होतीच; पण तिच्या मनाची चलबिचल माझ्या ध्यानात येत होती. ती कुणाला तरी शोधत होती.

''जेनिया, कुणाला शोधते आहेस? कुणी यायचंय का?'' मी विचारलं.

''कुणी यायचं नाहीये; पण मी लोकांकडे बघूसुद्धा नको का?'' जेना मला म्हणाली, ''आई, मी जाते बाल्कनीत, तुला कशाला उगीच जिना चढायचा त्रास!''

मी डोअरकीपरला म्हटलं, ''आम्हाला दोन्ही जवळजवळची तिकिटं नाही का मिळणार बदलून, आम्ही माय-लेकी जवळ बसू.''

माझं बोलणं अर्ध्यावर तोडतच जेनिया म्हणाली, ''आई, इतकं सगळं होईपर्यंत सिनेमा सुरूसुद्धा होईल. मी जाते बाल्कनीत.''

जेनियाचा उतावीळपणा जास्त जाणवत होता.

''नको जेनी, तूच खाली बैस. मी जाते वर.'' मी म्हटलं.

''नको आई, तुला उगीचच पायऱ्या चढण्याचा त्रास होईल.'' जेनिया काळजीच्या सुरात म्हणाली.

''काही होत नाही तेवढ्या पायऱ्या चढल्यानं. मी चढीन.'' मी जिनाच चढायला लागल्यामुळे जेनियाचा नाइलाज झाला. खरं तर ती भेदरलीच होती; पण मी लक्षच दिलं नाही.

बाल्कनीत माझ्या शेजारची जागा रिकामीच होती. मी बाल्कनीतून खाली पाहिलं. बाराव्या ओळीत जेनिया उदास खाली मान घालून बसली होती.

थोड्या वेळानं एक तरुण मुलगा आला. मला तिथे बसलेली पाहून त्याला आश्चर्य वाटलं. प्रथम त्यानं स्वत:चं तिकीट पाहिलं, मग सीट नंबर पाहिला. कुठेच काही गडबड नव्हती. नाइलाजानं तो माझ्या शेजारच्या सीटवर बसला; पण बिचारा खूप अस्वस्थ होता. पुन:पुन्हा तिकीट बघे, पैसे मोजे. इकडे बघ, तिकडे बघ. मधूनच माझ्याकडे आश्चर्यानं बघे.

त्याची धांदल बघून मला हसायला येत होतं. मी तोंडावर रुमाल धरला होता. खाली जेनियाची पण अशीच चुळबूळ चालू होती.

''अच्छा, मैत्रिणी म्हणत होती त्या याच तर. यांच्याबरोबरच ती सिनेमा पाहायला उत्सुक असायची.''

अखेर शेवटी त्या तरुणाला राहवेना. तो म्हणाला,''मला क्षमा करा, पण चुकून तुम्ही दुसऱ्याच्या जागेवर नाही ना बसलात?''

''मुळीच नाही. अगदी माझ्याच नंबरच्या सीटवर बसले आहे.'' मी तिकीट दाखवत म्हटलं.

''हो. नंबर तर तोच आहे; पण... पण.'' तो जरा चाचरलाच.

"का? काय झालं." मी विचारलं

तो जेनियाचा उल्लेख करतो का नाही, ते मला पाहायचं होतं. तो म्हणाला, "हे तिकीट माझ्या मैत्रिणीचं आहे. ती येणार होती. कालच आम्ही ॲडव्हान्स तिकिटं काढली होती. तिने यायचं कबूल केलं होतं. आज मात्र..."

त्याचं वाक्य तोडत मी म्हटलं, "आणि त्या जागेवर मी, म्हणजे आश्चर्यच, नाही का?"

"आश्चर्य तर आहेच; पण माझी मैत्रीण का नाही आली कोण जाणे. कदाचित काहीतरी जरुरीचं काम निघालं असेल आणि तिने तिकीट तुम्हाला विकलं असेल. कितीतरी वेळ बाहेर दरवाज्याजवळ मी तिची वाट बघत उभा होतो." तो बोलत होता.

त्याचं मोकळेपणानं बोलणं मला आवडलं. शेवटी मीच म्हटलं, "तिनं तिकीट विकलं नाही. ती पाहा तिथे बाराव्या रांगेत बसली आहे जेनिया अन् मी तिची आई."

अंधारातही मला त्याचा लाजलेला चेहरा दिसला.

"क्षमा करा मला." एवढंच तो म्हणाला.

मला कळेना, की हा का क्षमा मागतोय; पण तोही संभ्रमात पडला होता एवढं खरं.

"खरं तर तुमच्या दोघांच्या आनंदात विघ्न आणल्याबद्दल मीच तुमची क्षमा मागायला हवी; पण खरं सांगू, तुमचं रोजरोज सिनेमा पाहणं मला अजिबात पसंत नाही." मी ठामपणे म्हटलं.

सिनेमा सुरू झाला होता आणि आमच्या गप्पांचा बाकीच्या लोकांना त्रास होत होता. ते आम्हाला गप्प बसायला सांगत होते.

मी त्याला हळूच म्हटलं, "सिनेमा संपल्यावर या विषयावर बोलू या."

आम्ही सिनेमा पाहत होतो. मी मध्येच खाली बघितलं. जेनिया मान खाली घालून बसली होती.

सिनेमा संपला. आम्ही दोघं बाहेर पडलो. तेव्हा थोड्याशा धीटपणानं तो म्हणाला, "दोघांनी सिनेमा पाहण्यात काही गैर आहे का? मला नाही तसं वाटत."

"नाही नाही. गैर काहीच नाही; पण प्रत्येक गोष्टीला काही मर्यादा असते, नाही का? अन् ती आपण पाळली पाहिजे असं नाही तुला वाटत?"

मीच उलट प्रश्न केला.

भुवया उंचावत तो म्हणाला, "मर्यादा म्हणजे नेमकं काय?"

मी जरा विषय बदलला. म्हटलं, "तू आमच्या शेजारीच राहतोस ना?"

"नाही, त्याच बिल्डिंगमध्ये राहतो." त्याच्या उत्तरात दक्षता होती.

"मग आपण सगळे मिळूनच घरी जाऊ या. तुझी हरकत नाही ना?" मी विचारलं.

जेनियाही बाहेर येऊन उभी राहिली होती. माझ्याबरोबर आलेल्या आपल्या मित्राकडे तिने पाहून न पाहिल्यासारखं केलं.

मग उसनं अवसान आणत ती म्हणाली, "आई, मी म्हटलं नव्हतं का, की सिनेमा चांगला आहे, म्हणून मला बघायचा होता. होता ना छान?"

"अगं, हो, हो, मिनिटभर थांब. तुझ्या मित्राला पाहिलं नाहीस का तू? आमची ओळख करून दे ना!" मी हसत म्हटलं.

जेनियाचा चेहरा चोरी पकडल्यानंतर होतो, तसा झाला होता. आता तर ती तिथून जाऊही शकत नव्हती.

आपल्या मित्राकडे पाहत जेना म्हणाली, "ही माझी आई अन् हे वोवा एस." एवढं भरभर सांगून ती फाटकाबाहेर गेलीसुद्धा.

"एस. वोवा?" मी परत विचारलं.

"अरे तुमचे वडील तर चांगले प्रसिद्ध गृहस्थ आहेत." मी म्हटलं.

"हो. मी त्यांचा मुलगा." तो म्हणाला.

"तुमचे वडील अतिशय सज्जन व्यक्ती आहेत." मी सहजपणे बोलून गेले. आणि "जेनियाची आईसुद्धा." तो म्हणाला आणि आम्ही तिघंही मोकळेपणानं हसलो. या हसण्यानं आमच्यातला संकोच दूर झाला. आम्ही तिघं एकत्रच घरी आलो. मी म्हटलं, "वोवा, तू इतक्या लवकर झोपत नसशील ना? मग चल ना आमच्या घरी थोडा वेळ. चहा तरी घेऊ या."

जेनिया पाहतच राहिली; पण काही बोलली नाही.

वोवा जरा कावराबावरा होऊन काय करावं, या विचारात दिसला. मी दरवाजा उघडत म्हटलं, "ये ना आत."

आत येत तो मोकळेपणानं हसला. म्हणाला, "चहा ना? या वेळेला हवाच."

घरी मी त्याची डेव्हिड अन् लेनाशी ओळख करून दिली.

"हा वोवा एस. जेनियाचा मित्र. सिनेमाला गेलो होतो तिथे भेट झाली."

नमस्कार करून डेव्हिडनी त्याची खुशाली विचारली.

चहा घेता घेता गप्पा झाल्या. वोवा स्मार्ट होता. पाहिलेल्या सिनेमाबद्दलही तो अगदी अभ्यासपूर्ण बोलत होता. त्याची नम्रता, चारजणांत कसं वागावं याचं तारतम्य, सुदृढ शरीर, सौजन्य सगळंच छाप पाडणारं होतं. आम्हाला सगळ्यांना तो आवडला. तो जायला निघाला, तेव्हा जेनिया अन् मी त्याला फाटकापर्यंत पोहोचवायला गेलो.

घरात येताच जेनियानं मला मिठीच मारली अन् म्हणाली, "आई, खरंच किती समजूतदार आहेस गं तू — माझी आई." "वेडाबाई, अग इतकं खोटं बोलायला तू असं काय वाईट करत होतीस? खरं बोलायला कधी शिकशील देव जाणे." मी म्हटलं.

"आई, तुझी शप्पथ! यापुढे पुन्हा कध्धी खोटं बोलणार नाही." तिने मला गळामिठी मारली. "आणि अगोदर त्याला घरी बोलावून ओळख करून दिली असतीस, तर मी आनंदानं तुला सिनेमाला जायला परवानगी दिली असती. फार छान पोरगा आहे. फिरायला, सिनेमाला खुशाल जा." मी समजुतीच्या स्वरात म्हटलं.

"आहे ना चांगला? आनंदी, मनमोकळा, खूप प्रामाणिक आहे." माझ्या गळ्यातल्या चेनशी चाळा करत जेनिया म्हणाली. "आणि आई, कुठलीही गोष्ट चांगल्या रीतीनं समजावून घेणं, समजावून देणं तुला किती छान जमतं गं!" जेना उत्स्फूर्तपणे म्हणाली.

खरंच माझी मुलगी प्रेम करायला लागली होती आणि मला तिला हेच दाखवून द्यायचं होतं, की मी स्पष्ट बोलते; पण अत्यंत नाजूक अशा गोष्टीतही मी तिचा विश्वास संपादन करू शकते.

माझ्यात आणि माझ्या मुलीत निष्कपट आणि मोकळे मैत्रीचे संबंध आहेत, हे मला दाखवायचं होतं.

मला येणाऱ्या पत्रांत एका स्त्रीनं मला लिहिलं होतं, "माझी मुलगी चौदा वर्षांची आहे; पण आमचे सारखे खटके उडतात. स्पष्टपणा, मोकळेपणा जराही नाही."

मी पत्राला उत्तर म्हणून जेनिया अन् वोवा एस.ची घटना विस्तारपूर्वक लिहून पाठवली.

काही दिवसांनी तिचं पत्र आलं. "तुम्ही सांगितलेला उपाय छान लागू पडला. धन्यवाद."

मी रस्त्यातून चालले असले, तरी लोक मला अगदी थांबवून प्रश्न विचारत. स्वत:च्या अडचणी सांगत. या सर्वांतून मला एक गोष्ट जाणवली, ती म्हणजे बऱ्याच आई-वडिलांचा एक सामान्य प्रश्न होता. त्यांची मुलं खोटं बोलतात. बऱ्याच गोष्टी त्यांच्यापासून लपवून ठेवतात. दुसऱ्याजवळ मोकळेपणानं बोलतात; पण आमच्याशी बोलताना मात्र जसे काही ओठ शिवून टाकलेत.

एकदा एकानं विचारलं, "तुमची मुलं तुमच्याशी खरं बोलतात?"

"हो." मी म्हटलं.

"हे कसं शक्य आहे?" आम्ही दोघं जिन्याच्या पायरीवर बोलत उभे होतो.

मी म्हटलं, "खरं बोलतात एवढं खरं. बाकीचं मी काय सांगू?"

मी जायला निघाले असं दिसताच तो म्हणाला, "मी तुम्हाला तसा जाऊ देणार नाही. माझ्या प्रश्नाचं उत्तर द्यावंच लागेल. आठवून सांगा." याला कसं सांगावं, या विचारात मी होते; पण आठवलं, सर्जीच्या बाबतीतली एक घटना मला आठवली.

एकदा कारखान्यात काम करत असताना त्याला एक काडतूस सापडलं होतं. त्यानं आणि त्याच्या मित्रानं गंमत म्हणून यंत्राच्या दोन दगडी चाकांत घातलं. धडाम्

आवाज झाला. कपडे फाटले. दोघांनाही थोड्याफार जखमा झाल्या. सर्जीच्या मित्रानं माराच्या भीतीनं ही घटना घरी सांगितली नव्हती आणि सर्जीलाही तो आग्रह करत होता की आम्ही पडलो म्हणून लागलं, असं तूही घरी खोटं सांग.

सेरेज्कानं जे घडलं, ते सगळं खरं सांगितलं होतं.

मलमपट्टी केल्यावर मी एवढंच म्हटलं, "पुन्हा असलं धाडस करू नका. एखादे दिवशी हात-पाय तुटेल. आज एवढ्यावर भागलं म्हणून बरं."

खरं तर मलासुद्धा त्याला रागवायचं होतं. झापायचं होतं; पण मी स्वत:ला आवरलं होतं. त्याचा परिणाम मला दुसऱ्या दिवशीच दिसला. सेरेज्का आपल्या मित्राला म्हणत होता, "अच्छा, म्हणजे तुझ्या घरच्या लोकांचाही पडलो आणि लागलं यावर विश्वास नाही बसला. तेही त्यांना खोटंच वाटलं; पण का?"

मित्र म्हणाला, "कपडे फाटलेले पाहून पडलो यावर कुणाचाच विश्वास बसला नाही. मग काय, छान धुलाई झाली न् काय?"

सेरेज्का ताठपणे म्हणाला, "आमच्या घरी असं काही होत नाही. खरं खरं सांगितलं, की आमच्या घरी अर्धा गुन्हा माफ होतो."

हा सारा किस्सा मी त्याला सांगितला. त्यानं विचारलं, "तुम्ही नेहमी या नियमाचं पालन करता?"

"नि:संशय." मी खात्रीपूर्वक सांगितलं.

त्यानं एक नि:श्वास टाकला अन् म्हणाला, "बरोबर आहे. आम्ही असे वागत नाही. मग आमची मुलं खोटं बोलणारच."

बऱ्याच वेळा आई-वडील व्यवस्थित वागत नाहीत. तेच खरं बोलत नाहीत. कृती आणि ऊक्ती यांत फरक असतो; पण मुलांकडून मात्र त्यांच्या भरमसाट अपेक्षा असतात.

लोक काही वेळेला असे प्रश्न विचारत की माझ्यापाशी उत्तर नसे. एकदा एका मातेनं विचारलं, "तुम्ही तुमच्या मुलांना राजकारणाबद्दल केव्हा सांगायला सुरुवात करता किंवा त्याचं शिक्षण केव्हा सुरू करता?" मला हसूच आलं. माझं मोठं मूल वीस वर्षांचं आणि धाकटं चौदा वर्षांचंही नव्हतं.

लेक्चर दिल्यासारखं मी मुलांना राजकारणाबद्दल कधीच सांगितलं नाही; पण संधी मिळेल, तेव्हा तीही माहिती दिली.

एकदा डेव्हिड आणि सेरेज्का शिकार करून आले. तेव्हा मी शिकारीच्या संबंधात देशात कोणती संस्था आहे, त्याचं सभासद व्हायचं, तर काय काम करावं लागतं याबद्दल माहिती दिली. लाल सेनेबद्दलही वेळोवेळी सांगितलं होतं.

एकदा मी अन् वाशा भुयारी रेल्वेनं जात होतो. एक प्रसिद्ध उद्यानही पाहायचं होतं. जिना उतरल्यावर समोरच स्टॅलिनचा पूर्णाकृती पुतळा उभा केला होता.

वाशाला मोठी मजा वाटली, कारण एवढा मोठा पुतळा त्यानं कधीच बघितला नव्हता. पुतळ्याकडे बघत तो सहजपणे म्हणाला, ''काय कसं काय? बोला ना!'' आजूबाजूचे सगळे लोक हसायला लागले. मी मात्र ही संधी वाया जाऊ द्यायची नाही, असं ठरवलं आणि वाशाला स्टॅलिनबद्दल सगळी माहिती सांगितली होती.

घरी आल्यावर वाशानं वाल्याला जोरात सांगितलं, ''स्टॅलिनसाहेबांनी लोकांना सांगितलं, आपोआप चालणारे जिने, रेल्वेगाड्या अन् घर बांधा.''

मुलांमध्ये स्टॅलिन नावाचं बीज रुजलं गेलं होतं, एवढं खरं.

मी हे सगळं पत्रलेखिकेला कळवलं; पण आपला स्वत:चा प्रत्यक्ष अनुभव आणि तो पत्रातून लिहिणं यात फरक असतो, हे खरं.

माझं हे पत्रलेखन डेव्हिडला आवडत नव्हतं. जेव्हा पहावं तेव्हा मी शिशुसंगोपन, बालशिक्षणासंबंधी आलेल्या वेगवेगळ्या प्रश्नांना उत्तर लिहीत असलेली पाहून कधी कधी त्यांना माझी चेष्टा करायची लहर यायची अन् म्हणायचे, ''म्हटलं बालमनोविज्ञानाच्या ज्ञानाची पेटी — देवी, नमस्कार.''

पण मी माझ्या आयुष्यात जे काही शिकले, जे काही मिळवलं, ते दुसऱ्या मातांना देण्यासाठी मात्र मी उत्सुक असायची.

एक दिवस मला रेडिओवर भाषण देण्यासाठी बोलावलं. मी माझ्या मुलांना कसं वाढवलं, ते सांगायचं होतं. घाबरलेच होते. सार्वजनिक सभासंमेलनात भाषण करायला मला भीती वाटायची. तयारच नव्हते; पण तुमच्यासमोर माणसं असणार नाहीत. एका खोलीत फक्त तुम्ही व मायक्रोफोन असेल आणि तुम्ही लिहून आणलेलं भाषणच तुम्ही वाचायचं आहे, असं समजावल्यामुळे मी तयार झाले.

या रेडिओवरील भाषणाबरोबर माझ्या जीवनाच्या नव्या अध्यायाला सुरुवात झाली.

❑

७

मध्यंतरी असा एक काळ होता, की इंजिनिअर आणि टेक्निशियन युनियनच्या सभासदांच्या पत्नी जर काही सामाजिक काम करत असतील, तर त्याचं कौतुक होत होतं. वास्तविक ही एक चळवळ होती. मी वर्तमानपत्रात याबद्दल नेहमी वाचत असे. काही महिलांनी एकत्र येऊन एकाच ठिकाणी स्वच्छ आणि चांगल्या प्रकारचं जेवण मिळू शकेल, अशी व्यवस्था केली होती. याच जागेवर या अगोदर धूळ अन् कचरा यांचं साम्राज्य होतं, हे सांगूनही खरं वाटलं नस्तं. ढेकणांचं राज्य असलेल्या बराकी होत्या. त्याचं सुखद, सुंदर अशा विश्रांतिगृहात रूपांतर केलं होतं. काही ठिकाणी सार्वजनिक शिशुशाळा, बालवाड्या आणि स्काऊटसारख्या (पायोनियर) संस्था निर्माण केल्या. हे सर्व मी आवडीनं वाचत होते; पण आपलाही या गोष्टींशी काही संबंध आहे, हे माझ्या गावीही नव्हतं.

माझ्या आकाशवाणीवरील भाषणानंतर वरील काम करणाऱ्या महिला मंडळाकडून मला एक पत्र आलं होतं आणि विशेष म्हणजे त्यांनी अतिशय नम्रतेनं मला आठवण करून दिली होती, की मीही एका इंजिनिअरची बायको आहे.

महिला मंडळानं पहिल्या बैठकीतच एका किंडरगार्टन शाळेची निरीक्षक म्हणून माझी नेमणूक केली.

मी हे काम आनंदानं स्वीकारलं अन् कामाला लागलेसुद्धा.

एक दिवसाआड मी शाळेत जात असे. जेवण कसं असतं, ते पाहत असे. मुलांचे कपडे बदलणं, त्यांना फिरायला नेणं, स्वत: छोटी छोटी नाटकं लिहून मुलांकडून बसवून त्याचे प्रयोग करणं, यात मी सहभागी झाले. तरीसुद्धा या कामानं मला मिळावं तसं समाधान मिळत नव्हतं.

एकदा एका समारंभाला मला बोलावलं होतं. सुसज्ज हॉलमध्ये समाजातील प्रतिष्ठित श्रेष्ठ व्यक्तींना स्टेजवर बसवलं होतं.

प्रेरणात्मक अशी भाषणंही झाली.

त्याच क्षणी माझ्या लक्षात आलं, की इथल्या सुखी, स्वस्थ मुलांसाठी माझी काय आवश्यकता आहे? त्यांना त्यांचे आई-वडील, सुशिक्षित शिक्षकही आहेत. त्यांना कशाचीच ददात नाहीये.

मनात आलं, फुटपाथवर राहणं, रस्त्यातून भटकणं, मिळालं तर काम करणं, ना कुणाचा आधार, ना निवारा अशा निराधारांचं काय? खरंतर लोकांची मदत आणि सहानुभूती प्रथम अशा मुलांनाच मिळायला हवी.

ते दृश्य मी कधीच विसरणार नाही. ट्राममध्ये एका चोराला पकडलं गेलं. चोर एक लहान मुलगाच होता. तो किंचाळत होता. हात-पाय झाडत होता. बोचकारत होता. लोकांनी त्याला पोलीसठाण्यावर नेलं.

माझी उत्सुकता वाढली. मीपण पोलीस ठाण्यावर गेले. रस्त्यात माझी नजर एका दुसऱ्या मुलाकडे गेली. दरवाज्याआड लपतछपत तोही आमच्या मागोमाग येत होता. तोही त्या पकडलेल्या मुलासारखा दिसत होता. मी आणि तो एकदमच पोलीस ठाण्यात आलो. तो मुलगा माझ्याकडे अन् मी त्याच्याकडे कितीतरी वेळ पाहतच राहिलो. त्याला कळून चुकलं, की ही बाई इथून हलणारी नाही. तेव्हा कपाळाला आठ्या घालून माझ्याकडे तिरस्कारानं पाहत तो जायला निघाला. तेव्हा मीच त्याला विचारलं, "मित्राला पकडलं म्हणून वाईट वाटतंय ना?"

"काय?" त्यानं चिडूनच म्हटलं.

"नाही, मी म्हणत होते, की मित्राला पकडलं म्हणून वाईट वाटतंय ना?"

"मित्र? मला कोणी मित्रबित्र नाही." एक तिरसट उत्तर.

"खरंच नाही? पण भिऊ नकोस मी पोलीसही नाही अन् त्याला धरणाऱ्यापैकीही नाही. इथून जात होते, गर्दी दिसली म्हणून आले." मी शांतपणे म्हटलं.

"जात होता तर जायचं निमूटपणे. नसत्या चौकश्या कशाला करता आहात?" त्यानं उर्मट प्रतिक्रिया दिली.

"जाणार तर आहेच; पण मला सांग, तू कधी पकडला गेला आहेस?"

माझा शांत स्वर ऐकून तो वरमला. तरी म्हणाला, "तुम्ही कोण मला विचारणाऱ्या?"

"तशी कुणीच नाही, फक्त विचारलं एवढंच —" मी.

"म्हणे फक्त विचारलं! एकदा चोरी करून पोलीस ठाण्यात जाऊन या." तो अगदी धीटपणे म्हणाला.

त्याला वाटलं मी गप्प बसेन; पण मी त्याचा पिच्छाच पुरवला.

"पोलीस ठाण्यात गेल्यावर फार वाईट अवस्था असते म्हणे. खरंच का रे?" मी विचारलं.

"काय बाई आहात हो तुम्ही? म्हणे वाईट असतं ना? अहो केस पांढरे झाले तुमचे, तरी पोलीस ठाण्यात काय चालतं, एवढं माहीत नाही?"

"पण एक सांगू? जोपर्यंत बोटीत बसवून देनिलोवकाला (एक गाव) पाठवत नाहीत तोवर कोण भीतंय पोलिसांना?" तो बिनधास्त बोलत होता.

तो मुलगा निघूनही गेला; पण मी विचार करत होते, की तो म्हणत होता जोपर्यंत देनिलोवकाला पाठवत नाहीत तोवर ही मुलं घाबरत नाहीत. फक्त देनिलोवकाला घाबरतात.

देनिलोवकाला एक असं केंद्र होतं, जिथून अशा गुन्हेगार मुलांना एका ठरावीक पद्धतीनं चालवल्या जाणाऱ्या सुधारगृहात पाठवलं जाई. तिथे गेलं, की पळून जाण्याचे सर्व मार्ग बंद होत. म्हणून मुलं घाबरत.

मी तेरा नंबरच्या ठाण्यातच काम करायचं ठरवलं.

तिथे अशा अल्पवयीन गुन्हेगार मुलांना आणलं जाई. आणखी काही महिला तिथे काम करत असत. आमचं काम अशा प्रकारचं होतं. दुकानं, रस्ते, सार्वजनिक बागा, स्टेशन अशा ठिकाणी भटकणाऱ्या मराठी मुलांना पकडून आणायचं, त्यांची चौकशी करायची. त्यांच्या आई-वडिलांचा ठावठिकाणा लावायचा प्रयत्न करायचा. ज्युवेनाईल कोर्टाच्या कामात भाग घ्यायचा. ज्यांचे आई-वडील असतील, त्या मुलांना त्यांच्या ताब्यात द्यायचं; पण हे करताना मुलं आणि आई-वडील यांच्यातील संबंधाचा अभ्यास करावा लागे. बाकीच्या मुलांना इतर ठिकाणच्या सुधारकेंद्रात आणि मोठ्या मुलांना कारखान्यात कामाला लावून त्यांचं पुनर्वसन करण्याचा प्रयत्न करायचा.

काही कारणानं आई-वडील मुलांना नीट सांभाळू शकत नसत. कधी गरिबी, कधी आई-वडिलांमधला बेबनाव अशी कारणं असायची. अशा मुलांना किंवा आई-वडील नसलेल्या मुलांना नाइलाजानं केंद्रात राहावं लागायचं. तिथे त्यांना वागणूक वाईट मिळाली, तर ती तिथे राहत नसत. पळून जात. साधारणपणे अशी मुलं चोरीमारी करणाऱ्यांच्या टोळीत जात. टोळीचा एक दादा असे. तो या मुलांमार्फत चोऱ्या करवून घेई आणि स्वत: आरामात राहत असे. अर्थात दारू, सिगारेट ओघानंच येई. दादाच्या मर्जीतल्या मुलांना संरक्षण मिळे. बाकीच्यांना पकडले जाण्याची भीती. पोलीस ठाण्यात या मुलांना घेऊन येणारे लोक दोन प्रकारचे असत. ज्यांचे खिसे

कापताना ही मुलं सापडली ते लोक, दुसरे त्यांचे नातेवाईक म्हणजे सावत्र आई, बाप, काका, काकू वगैरे. कधी कधी सख्खे आई-बापही मुलगा हाताबाहेर गेला म्हणून घेऊन येत. सर्व मुलांच्या कहाण्या जवळजवळ एकसारख्याच असत.

एकदा असाच एक तगडा, चिडचिडा मनुष्य एका मुलाला घेऊन आला. मुलगा रडत होता. अंगावर मळके कपडे, चेहराही मळलेला.

मुलाला पाहताच मी त्याला ओळखलं. तो होता तोल्या पी.

त्याला पोलीस ठाण्यात पाहून मला आश्चर्य वाटलं.

तोल्या आमच्याच चाळीत राहणाऱ्या एका भाडेकरूचा मुलगा होता. आई तशी बऱ्या स्वभावाची होती; पण दु:खी होती. नवऱ्यानं तिच्यापासून घटस्फोट घेतला होता. एका दुकानात ती काम करत होती.

बाप मुलाला घेऊन गेला होता. शाळेला सुटी असेल, तेव्हा मुलगा आईला भेटायला येई. तोल्याची आई माझ्याकडे नेहमी यायची, म्हणायची, ''मुलाचा बाप शोफरचं काम करतो, त्यामुळे दिवसभर बाहेर असतो.'' मुलगा एकटा घरी असे, त्यामुळे मुलगा बिघडायला लागला होता. बापाचं उत्पन्न आणि राहायला जागा होती, त्यामुळे कोर्टाकडून मुलाचा ताबा घेणं तिला शक्य नव्हतं आणि आज खुद्द बापच मुलाला घेऊन आला होता. नेहमीप्रमाणे ठाण्यात आल्यावर मुलाला ढकलत तो म्हणाला, ''हा आणि तुम्ही काय ते बघून घ्या. आजपासून हा मला मेला.''

मी काय घडलं ते सांगायला सांगितलं, तेव्हा म्हणाला, ''अर्ध्या तासापूर्वी मी याला शेजाऱ्याच्या अंगणात उभा राहिलेला पाहिला. तोल्याच्या हातात एक टोपी होती आणि पलीकडे फाटकाजवळ तेरा-चौदा वर्षांची एक मुलगी रडत होती. म्हणत होती, की तिची टोपी कुणीतरी घेतली अन् पळून गेला.'' मी तोल्याला तिच्यापुढे नेऊन विचारलं ''हाच का तो?''

मुलगी म्हणाली, ''नाही, याला तर मी पाहिलंच नाही.''

तोल्याला जरा धीर आला. म्हणाला, ''मी तर इथे नव्हतोच. शप्पथ.''

बापानं त्याच्याजवळची टोपी हिसकावून घेतली अन् मुलीला विचारलं, ''ही टोपी कुणाची?''

मुलगी म्हणाली, ''हो, हो माझीच आहे.''

एक दिवस तोल्या आईला भेटायला आला होता. मित्राकडे जातो असं सांगून गेला.

त्याच दिवशी पोलीस ठाण्यावरून मला बोलावणं आलं. ''तुम्ही तोल्याला सोडून दिलं होतंत ना?'' पोलीस ऑफिसरनं विचारलं, ''परत पकडला गेला की काय?'' माझ्या तोंडून एकदम बाहेर पडलं. आपल्या मित्राकडे त्याच्या टेबलच्या ड्रॉवरमधून तोल्यानं पैसे चोरले होते आणि आता दोन वर्षांसाठी त्याला सुधारगृहात पाठवलं होतं.

सहा महिने झाले असतील. एक दिवस त्याची आई रडतभेकत माझ्याकडे आली. तोल्या सुधारगृहातून फरार झाला होता. थंडीचे दिवस होते. त्याचा पत्ता लागत नव्हता.

"थंडीनं माझा मुलगा गारठून मरून जाईल हो." ती म्हणाली.

काहीतरी समजूत घालून मी तिला परत पाठवलं, तोल्याला शोधायचं कबूल केलं.

आणि तोल्या सापडला होता. सुधारगृहातून त्यानं आईला पत्र पाठवून थोडे पैसे, सिगारेट अन् तंबाखू मागवली होती. मी त्याच्या आईला सांगितलं, अजिबात पाठवू नका; पण तिने ऐकलं नाही. त्याला हवं ते सामान पाठवलं.

थोड्याच दिवसांत पुन्हा रडत सांगत आली, की हे सामान एका बदमाशाला हवं होतं. त्याचा धंदा म्हणजे सुधारगृहातून मुलांना पळून जायला मदत करायचा. तो बदमाश पकडला गेला अन् तोल्या पुन्हा एकदा फरार झाला. पुन्हा आईचं रडणं अन् माझं समजूत घालणं. तोल्याच्या या मनोवृत्तीला कुणाला जबाबदार धरावं, या विचारानं माझ्या मेंदूचा भुगा व्हायची वेळ आली.

या घटनेला तीन महिने झाले; पण तोल्याचा पत्ता नव्हता. मॉस्कोच्या पोलिसांनाही त्याचा तपास लागला नाही.

मला कधीतरी वाटायचं, की तो मरूनही गेला असेल.

आणि अचानक तोल्याच्या आईला त्याचं पत्र आलं. त्यानं लिहिलं होतं, "आई मला पुन्हा पकडलं आहे; पण इतक्या चांगल्या ठिकाणी पाठवलं आहे, की सगळं ठीक आहे. मी सुतारकाम शिकतो आहे."

तसं त्या पत्रातनं आनंदच व्यक्त होत होता; पण पुन्हा तीच मागणी, थोडे पैसे सिगारेट अन् लोणचं पाठव.

या वेळी मात्र मी त्याच्या आईला निक्षून सांगितलं की लोणचं पाठवा; पण पैसे अन् सिगारेट नाही. तिने माझं ऐकलं.

मी सुधारगृहाच्या पत्त्यावर दोन पत्रं लिहिली. एक तोल्याच्या नावानं आणि एक सुधारगृहाच्या अध्यक्षांना. त्यांना लिहिलं होतं, की तोल्याच्या प्रगतीविषयी नेहमी कळवत जा.

तोल्या आता पंधरा वर्षांचा झाला होता. नियमाप्रमाणे त्याला सोव्हिएत देशाच्या नागरिकत्वाचा दाखला मिळणार होता. तोल्याला लिहिलेल्या पत्रात याचा उल्लेख मी केला होता. मुद्दाम लिहिलं होतं, की इतके दिवस तू एका बेजबाबदार मुलासारखा वागत आलास आणि स्वत:चं नाव कलंकित केलंस. आता तू मोठा झालायस. थोड्याच दिवसांत तुला देशाचं नागरिकत्व सिद्ध करणारा दाखला (पासपोर्ट) मिळणार आहे. हा दाखला मिळणं ही साधी गोष्ट नाही. ती एक

जबाबदारीची जाणीव आहे. स्वत:च्या नावासारखं तू तुझं नागरिकत्व आणि दाखला कलंकित करणार आहेस का? तुला लिहिता-वाचता येतंय. प्रसिद्ध सोव्हिएत कवी मायकोवस्कीची 'माझा सोव्हिएत पासपोर्ट' ही कविता वाच. त्यात त्यानं या पासपोर्टला खूप महत्त्व दिलं आहे. त्याचा सन्मान केला आहे. एक महाकवी जर याला इतकं महत्त्व देतो, तर आपल्यासारख्या सामान्य नागरिकाला याची जास्त जाणीव असायला हवी.''

आणखी एका माणसाची गोष्ट सांगते. त्याला सोव्हिएत देशाचा पासपोर्ट सहजासहजी मिळाला नाही. खूप त्रास सहन करावा लागला होता. एक नागरिक म्हणून स्वत:चं व्यक्तित्व सिद्ध करावं लागलं. मला काय म्हणायचं आहे हे तुला कळलं आहे.

मी तोल्याकडून पत्राच्या उत्तराची अपेक्षा करत होते. तोल्या माझ्या पत्राला उत्तर देणार नाही, उलट टिंगल करेल, असं मला वाटलं होतं.

मी उत्तराची आशाच सोडली होती. त्यातच एक दिवस सुधारगृहाच्या अध्यक्षांचं पत्र मला मिळालं. त्यांनी लिहिलं होतं, तोल्याच्या वागणुकीत आश्चर्यकारक प्रगती होत आहे. अभ्यास तर तो करतोच आहे; पण सुतारकामातही प्रगती आहे. तुमच्या पत्राचा खूप चांगला परिणाम झाला आहे. तुम्ही त्याला अधूनमधून पत्र लिहीत रहा. त्याचं उत्तर येवो वा न येवो. वाईट वाटायचं कारण नाही. प्रथमप्रथम तो खूप वायदे करायचा, मोडायचा. आता मी बोलणार नाही, तर करून दाखवेन ही भावना आहे. तुमचं पत्र सारखं सारखं वाचत असतो. ते त्यानं जपून ठेवलं आहे. माझी खात्री आहे, की थोड्याच दिवसांत तो एक कुशल कारागीर होईल.

तोल्याबद्दल एवढं विस्तारानं सांगितलं, कारण ही केस वेगळी होती.

एकदा मी अशीच रस्त्यानं जात होते. पाच, सहा वर्षांचा एक मुलगा माझ्याजवळ आला. म्हणाला, ''बाई, हे विकत घ्याल?'' त्यानं मला चांदीचा एक बिल्ला दाखवला.''

''केवढ्याला देणार?''

''दहा रुबल.''

''पाहू मला,'' असं म्हणून मी बिल्ला हातात घेतला अन् विचारलं

''तुला हे कुणी विकायला दिलं? आईनं?''

''नाही, ओलेगनं.'' मुलगा म्हणाला.

''कोण ओलेग? कुठे राहतो?'' मी विचारलं.

''चला, माझ्याबरोबर. मी दाखवतो.'' त्यानं मला एका घरासमोर उभं केलं.

''इथं राहतो ओलेग.'' मुलगा म्हणाला.

मी दारावरची बेल वाजवली. दार उघडलं गेलं.

"ओलेग इथेच राहतात का?" मी विचारलं.

"हो. मी त्याचा बाप. का? काय झालं?" एका वयस्क गृहस्थांनी विचारलं.

त्या गृहस्थांच्या पाठोपाठ एक वृद्ध स्त्रीही बाहेर आली.

मी तो बिल्ला त्यांना दाखवला म्हटलं, "हा तुमचा आहे?"

"अरे बापरे, अजून परत नाही केलास? केव्हाच सांगितलं होतं मी." त्यांच्या या बोलण्यामुळे सर्व गोष्टींचा उलगडा झाला.

ओलेग हा या कुटुंबाचा मुलगा. असेल दहा-अकरा वर्षांचा. तो आपल्या मित्राबरोबर खेळायला गेला होता. खेळताना हा मित्राचा बिल्ला त्याच्या खिशातच राहिला होता. मित्राचा होता.

दुसऱ्या दिवशी आईला धुणं धुताना बिल्ला सापडला होता.

तिनं ओलेगला बजावलं, की बिल्ला ज्याचा त्याला देऊन ये.

ओलेगला वाटलं, आता दोन दिवस होऊन गेल्यावर द्यायला गेलो, तर मित्र म्हणेल चोरीच्या उद्देशानं मुद्दाम ठेवून घेतला आणि त्याला बिल्ला परत करायची लाज वाटत होती. म्हणून त्यानं तो विकायचं ठरवलं. त्याचीही त्याला लाज, भीती वाटत होती, म्हणून त्यानं या लहान मुलाला मिठाईची लालूच दाखवून बिल्ला विकायला दिला होता.

मग मी ओलेगला बोलावलं. तो थरथर कापतच होता.

त्याला पाहिल्यावर आईला राग आवरेना.

तसं ते सज्जन कुटुंब होतं. ओलेगचे वडील एक कारागीर होते. आई घरकाम करी. ओलेग त्यांचा एकुलता एक मुलगा, त्यामुळे जे मागेल ते त्याला मिळे. ओलेगला संगीत आवडे. त्याला एक हार्मोनियम हवा होता. महाग असल्यामुळे वडिलांना तो घेणं शक्य नव्हतं.

ओलेग खाली मान घालून उभा होता. काहीच बोलत नव्हता.

मग मीच म्हटलं, "ओलेग, झालं गेलं विसरून जा. यापुढं चांगलं वागायचं. तुला खरंच हार्मोनियम वाजवायला शिकायचं आहे का?"

ओलेगने माझ्याकडे नुसतंच पाहिलं. जणू त्याला म्हणायचं होतं, 'चेष्टा तर करत नाही ना?'

त्याची आई ओरडली, "आता का तोंड शिवलंयस? जीभ का चिकटली टाळूला?"

मी आईला म्हटलं, "तुम्ही शांत व्हा. रागावू नका. त्याला विचार करू द्या. आजच सांगायची घाई नाही. मी माझा पत्ता देऊन ठेवते. त्यावर कळवा. मध्यंतरी काही व्यवस्था झाली तर पाहीनच." असं म्हणून मी त्या सर्वांचा निरोप घेतला.

दुसऱ्याच दिवशी ओलेग मला भेटायला आला. मी सर्वप्रथम एका शाळेत

त्याचं नाव घातलं आणि आकाशवाणीशी संबंधित लहान मुलांच्या एका संगीत मंडळामध्ये त्याचं नाव नोंदवलं.

आज ओलेग एक उत्कृष्ट हार्मोनियम वादक म्हणून अजूनही त्या संगीत मंडळात आहे. इतकंच नव्हे, तर आमच्या कुटुंबाचा मित्र झाला आहे.

सगळं सांगत बसत नाही; पण एक घटना सांगावीशी वाटते. त्या दिवशी आमच्या सर्व स्वयंसेवकांची परिषद होती. त्याचं काम करत होते. तोच एक स्त्री एका सात-आठ वर्षांच्या मुलाला घाबऱ्या घाबऱ्या घेऊन आली.

"मुलांना इथेच ठेवतात ना?" तिने विचारलं.

"का काय झालं?"

तिनं मुलाला पुढे केलं. मुलाच्या कानाजवळ जखम झाली होती.

चेहरा रक्तानं भरला होता. मुलाची माहिती अशी—

मुलाचं नाव वोवा पोनारिन होतं आणि त्याला आणणारी बाई शेजारीण होती. तिने सांगितलं, की वोवाचे आई-वडील पक्के दारुडे आहेत. बापाची नोकरी टिकायची नाही. इतके दिवस वोवा आजोळी राहत होता; पण आजी-आजोबांचे पैसे आणि कष्ट अपुरे पडायला लागले. वोवा परत आई-वडिलांकडे आला. इथेच त्याच्या दुर्दशेला सुरुवात झाली. आई-बाप खायला द्यायचे नाहीत, मारायचे. वोवा बुद्धीनं चांगला होता; पण त्याला कुणी शाळेत घातलंच नाही. शेजारणीनं याबाबत पोलिसांकडे तक्रार केली होती; पण उपयोग झाला नाही. त्याची आई म्हणायची, "पोलीस माझं काय करणार आहेत?"

एक दिवस वोवाच्या आईनं त्याला बेदम मारलं अन् स्वत: निघून गेली, ती संध्याकाळपर्यंत आलीच नाही.

शेवटी ही शेजारीण मुलाला घेऊन ठाण्यावर आली होती.

मी वोवाच्या आईचं, वडिलांचं, शेजारणीचं नाव, पत्ता लिहून घेतलं. शेजारणीला जायला सांगितलं. वोवाला ठेवून घेतलं.

आता प्रश्न होता त्यांचं काय करायचं? घरी पाठवायचा प्रश्नच नव्हता. देविलोवकाला पाठवायला आमचंच मन तयार नव्हतं. वोवाची दशाही तिथे तोल्यासारखीच झाली असती. कुठल्या मार्गाला लागला असता कोण जाणे. तो जास्तच बिघडला असता.

अनाथालयात पाठवणं हा मार्ग होता; पण त्या अगोदर कोर्टाची कारवाई, त्याला आई-वडिलांपासून दूर करणं आवश्यक होतं.

शेवटी आमच्यापैकी कुणीतरी त्याला निदान आजच्यापुरतं घरी न्यावं उद्या काहीतरी करता येईल असं ठरलं.

प्रश्न होता कुणी न्यायचं? एक म्हणाली, "माझी जागा फारच लहान आहे." दुसरी म्हणाली, "माझे पती दमून भागून घरी येतात. त्यात हा त्रास नको." तिसरी

म्हणाली, “याच्या संगतीनं माझा मुलगा बिघडेल.” राहता राहिले मी. वोवा माझ्याबरोबर घरी आला.

आम्ही घरी आलो, तेव्हा रात्रीचे दहा वाजले होते. सगळे निजायच्या तयारीत होते. डेव्हिड आ वासून माझ्याकडे बघायलाच लागले.

“ठीक आहे.” एवढंच ते बोलले. मुलं मात्र त्याला न्याहाळत होती.

शेवटी मीच म्हटलं, “असे बघत काय उभे राहिलात? ओळख करून घ्या ना. हा वोवा पोनारिन. जेना याच्यासाठी काहीतरी खायला आण. लेना याच्यासाठी अंघोळीचं पाणी गरम कर बरं. याच्या जखमा धुऊन मलमपट्टी करायला हवी. जेना, लेना त्याला आत घेऊन गेल्या. धाकट्या दोघांना म्हटलं, “तुम्ही आता झोपायला जा.”

मी डेव्हिडना मुद्दामच जर्मन भाषेत वोवाची सगळी हकिकत सांगितली, कारण धाकट्या दोघांना जर्मन कळत नव्हतं.

डेव्हिडनी विचारलं, “तुला खरंच वाटतंय का, की त्याची आई त्याला परत नेईल?”

“नक्की नेईल.” मी म्हटलं.

“अशा दुष्ट माणसांना गोळ्या घालून ठार मारलं पाहिजे.”

डेव्हिड असं म्हणताक्षणी मुलं आमच्या खोलीत आली.

विषय तसाच अर्धवट राहिला.

अंघोळ झाल्यावर वोवा खरंच छान दिसायला लागला. त्याचे केस सोनेरी होते. अन् डोळे निळे होते. चेहरा निरागस होता.

दुसऱ्या दिवशी वोवाची आई ठाण्यात आली. मीच तिच्याशी बोलले, तेव्हा ती कडाडली. “मी याला घेऊन काय करू? मी तुम्हाला सांगून ठेवते, मी याला मारते, मारत राहणार अन् माझ्या ताब्यात दिलात, तर जीवच घेईन त्याचा.”

अर्थातच मामला कोर्टापर्यंत गेला. हे सगळं होईपर्यंत वोवा माझ्याकडेच राहत होता; पण माझ्या मुलांत अन् त्याच्यात फरक होता. वोवा अविश्वासू अन् स्वार्थी होता. खायची वस्तू दिसली, की एकटाच खायचा. मुलांशी त्याचं पटतच नव्हतं. वोवा पावलापावलाला खोटं बोलायचा.

त्याला मिळालेल्या वागणुकीचा तो परिणाम होता. मला थोडी काळजी वाटत होती, ती माझ्या मुलांची.

जवळजवळ दीड महिन्यानी वोवाची केस कोर्टात दाखल झाली. आईवर खटला भरून वोवाची रवानगी अनाथालयात करण्याचा निर्णय झाला.

उन्हाळा असल्यामुळे आम्ही मॉस्कोहून छोट्या गावाला आलो. वोवाही आमच्याबरोबर होता.

“अरे वा, तुमच्याकडे गाय अन् घोडा दोन्ही आहेत?”

वोवा असं म्हणून नाचायलाच लागला.

वोवाचं बालपण त्याच्या आजोळी खेड्यातच गेलं होतं. त्यामुळे हे गाव त्याला आवडलं. शिवाय एवढ्या उन्हाळ्यात त्याला अनाथाश्रमात पाठवायचं माझ्याही जिवावर आलं होतं.

मी डेव्हिडला विचारलं, "काय करू?"

"तुला ठीक वाटेल तसं तू कर." त्यांनी सांगितलं.

मी वोवालाच विचारलं, "काय वोवा, आमच्या बरोबर या उन्हाळ्यात राहायला आवडेल का तुला?"

"होऽऽऽ" वोवा आनंदानं म्हणाला.

वोवाला कदाचित हे गाव, आमचं कुटुंब याविषयी जवळीक वाटायला लागली असावी. वोवाचं राहायचं ठरलं. लेनानं त्याच्या अभ्यासाची जबाबदारी घेतली.

हळूहळू वोवा आमच्यात रमला. सामावला गेला. माझ्या इतर मुलांप्रमाणे मी त्यालाही कामं ठरवून दिली. बाहेर व्हरांड्यात सर्जीची सुतारकामाची हत्यारं पडली होती. ठोकाठोकी, रंधा मारणं असं करून तो काहीबाही बनवायचा.

वोवा मार्गी लागतोय, हे बघून बरं वाटलं. मी अन् जेनियानं त्याच्या शिक्षणाची जबाबदारी घेतली होती. तिसरीत नाही, तरी दुसरीत त्याला प्रवेश मिळावा, अशी आमची इच्छा होती; पण जेना म्हणाली, "आई, वोवा दहा वर्षांचा तरी नक्कीच आहे. तिसरीच्या छोट्या मुलांत हा बसला, तर कसंतरीच दिसेल ना?"

पण वोवाला शिकवणं चालूच राहिलं.

डेव्हिड सुटीमधे गावाकडे यायचा. लेनाचं काम शहरातच असल्यानं गावाकडच्या घराची व्यवस्था जेनाच बघायची. माझंही काम शहरातच. मी संध्याकाळी घरी आले, की जेना दिवसभराचं सांगायची.

एक दिवस सकाळी मी न्याहारीची तयारी करायला लागले. लक्षात आलं घरात साखरच नव्हती. दिवसभर साखरेविना काय करतील, या विचारानं मी वोवाला म्हटलं, "वोवोका माझ्याबरोबर स्टेशनपर्यंत येतोस? मी तुला साखर घेऊन देते. ती घेऊन तू घरी ये. मी तिथूनच कामाला जाईन."

स्टेशनपर्यंत आम्ही दोघंही गप्पा मारत निघालो. गंभीर होऊन वोवानं विचारलं, "पुढच्या उन्हाळ्यात मला खरंच अनाथाश्रमात पाठवणार?'

मीही गंभीरपणे म्हटलं, "दुसरा काही उपाय आहे का वोवा? शहरात आमची एकच खोली. आपण सगळे तिथे कसे राहणार? पण मी तुला सांगते वोवा, अनाथाश्रमात राहिलास, तरी सुटीमध्ये मी तुला नक्की घरी घेऊन येईन."

"खरं?" वोवानं विचारलं.

"खरं, अगदी खरं. मी खोटं आश्वासन कधीच देत नाही. हवं तर घरात कुणालाही विचार." मी ठामपणे म्हटलं.

आम्ही स्टेशनजवळ आलो. तर दुकान बंद होतं. आता काय करायचं? मी विचारलं.

"वोवा आता काय करायचं रे? मी तर रात्री घरी येणार. साखरेशिवाय कसं कराल रे दिवसभर?" मी काळजीच्या स्वरात म्हटलं.

"त्यात काय? साखर म्हणजे काही पोळी-भाकरी नव्हे, की जी खाल्ली नाही, तर उपाशी राहू!" वोवा म्हणाला.

वोवाच्या उत्तरानं मी आश्चर्यचकितच झाले.

"खरं आहे वोवा तुझं; पण वोवा, चल माझ्याबरोबर. मी थोडी मिठाई घेऊन देते. म्हणजे मधल्या वेळची सोय होईल."

मी फेरीवाल्याकडून मिठाई घेतली. म्हटलं, "चला एक काम झालं. वोवा मिठाई आहे बरं का रे. नीट घेऊन जा." एवढं म्हणून मी गाडी गाठली.

वोवा घराच्या दिशेनं गेला.

रात्री मी घरी परतले. येताना थोडं सामान अन् काही वस्तूही घेऊन आले. जेनिया मी आणलेल्या सामानाची उलटापालटी करत म्हणाली, "आई, गोड काही आणलंच नाही का?"

"साखर आणली आहे ना!" मी म्हटलं.

"तसं नाही गं. खायचं काही गोड." जेनिया म्हणाली.

"मिठाई पाठवली होती की."

"मिठाई? कुणाबरोबर? कधी?" लेनानं आश्चर्यानं विचारलं.

"वोवाबरोबर पाठवली होती. स्टेशनपर्यंत गेले तर साखरेचं दुकान बंद होतं. म्हणून मिठाई घेऊन दिली. वोवा घरी आला. मी ऑफिसला गेले." मी सांगितलं.

जेनियानं खांदे उडवत अन् हाताचे पंजे उलट फिरवत म्हटलं, "वोवा मिठाई घेऊन नाही आला."

आता आश्चर्यचकित व्हायची पाळी माझी होती. म्हणून मी विचारलं, "जेनिया, वोवानं स्टेशनवरून येताना काय आणलं?"

"काहीच नाही." तो म्हणाला, 'दुकान बंद होतं साखर मिळाली नाही.' जेनानं सांगितलं.

"ते खरं आहे; पण साखर मिळाली नाही म्हणूनच एक पौंड बर्फी घेऊन त्याच्याबरोबर दिली होती." माझा खुलासा.

"मी पण तेच म्हणते आहे, की आम्हाला बर्फीबिर्फी काही मिळालं नाही." जेनिया ठामपणे म्हणाली.

"जेनिया, असं तर झालं नसेल ना, की बर्फी त्याच्या हातून पेटी खाली पडून सांडली असेल अन् भीतीनं त्यानं घरी सांगितलं नसेल?" माझी शंका.

''आई, बर्फी सुई आहे का पडायला? मी तुला सांगते, त्यानं एकट्यानं बर्फी खाल्ली आहे. हावरा कुठला.'' जेनिया चिडली होती.

''जेनिया, तू म्हणतेस ते खरंही असू शकेल; पण आपण त्याला समजावून घ्यायला हवं. त्याचा भूतकाळ आपण विसरता कामा नये.'' मी जेनाची समजूत घालत म्हटलं.

''विसरतंय कोण? पण जे झालं ते चांगलं झालं नाही. मीही त्याला असा धडा शिकवीन की जन्मभर आठवण राहील.'' जेना आवेशानं बोलत होती.

मी थोडी धास्तावलेच होते. मनात म्हटलं, 'आता ही धडा शिकवणार, म्हणजे काय करणार कोण जाणे?'

''काय करणार आहेस तू जेना?'' मी जरा भीतभीतच विचारलं.

''आई, तू बघच मी काय करते ते. अयोग्य असं काहीच करणार नाही. बरं मला सांग, कोणती साखर आणली आहेस?'' जेनानं विचारलं.

''दाणेदार.''

''घरात अंडी असतील ना?'' जेनानं विचारलं.

''आहेत ना!'' मी म्हटलं.

''मग माझं काम झालं! आता तू बघत राहा.'' एवढं म्हणून जेना उठली.

दुसऱ्या दिवशी सकाळी मी पाहिलं जर जेना स्वयंपाकघरात काहीतरी करत होती. अंड्याच्या खिरीचा बेत असावा.

''काय जेना, आज खिरीचा बेत का?'' मी उत्सुकतेनं विचारलं.

''आई, तुला मी सांगितलंय नं! आज तू काही बोलू नको. मी काय करते ते नुसतं पाहत राहा.'' जेनिया हसत म्हणाली.

अर्ध्या तासानंतर मी पाहिलं, तर जेनिया, वाल्या, वाशा आणि वोवा न्याहारी करत होते.

मी मॉस्कोहून एक प्रकारची बिस्किटं आणली होती. ती पाहून वाशा टाळ्या वाजवत म्हणाला, ''वा! आज बिस्किटं का? छान छान.''

लगेच जेनिया म्हणाली, ''नुसती बिस्किटंच नाहीत. आणखी एक गंमतसुद्धा आहे खायला.''

ती चटकन स्वयंपाकघरात जाऊन खिरीचं पातेलं घेऊन आली.

''वाशा, तुला अंड्याची खीर आवडते ना? तू खा.'' जेनिया म्हणाली.

''फक्त माझ्यासाठी? वाल्या, तू, वोवा अन् आईसाठी?'' वाशानं विचारलं.

जेनिया जणू त्याच क्षणाची वाट पाहत होती. म्हणाली, ''वाशा, तुला खीर आवडते ना? तू खा. खीर एवढीच आहे. तुझ्यापुरती.''

''नाही, मी एकटा खाणार नाही. सगळ्यांना वाटून खाईन. एकटं खाणं बरोबर

नाही, हो ना आई?'' वाशानं माझ्याकडे पाहत विचारलं.

''होयच मुळी. जे असेल ते सर्वांनी वाटून घेतलं पाहिजे.'' मी म्हटलं.

मग वाशानं आपल्या खिरीतली खीर सगळ्यांच्या वाटीत घातली.

वोवाचा चेहरा पाहण्यासारखा झाला होता; पण त्याच्याकडे कुणीच लक्ष दिलं नाही. जेनिया खिरीची वाटणी करत होती.

वोवाचा चेहरा मात्र पांढरा फटक पडला होता.

''अरे अरे! वोवाला द्या ना थोडी. नको कसं? वोवा तू आमचा खास पाहुणा आहेस. घाल रे वाशा थोडी खीर त्याला.'' जेनिया आग्रह करत होती.

आता वोवाला फक्त रडू फुटायचंच बाकी राहिलं होतं. स्पष्ट न सांगताही त्याला धडा मिळाला होता. त्याच्याबरोबर केला गेलेला चांगला व्यवहारही त्याला नकळत केलेली शिक्षाच होती; पण वळण लावण्याचा जेनियाचा प्रयत्न मात्र स्तुत्य होता. एवढं खरं.

माझी जेना आता शहाणी, समजूतदार अन् जबाबदार व्यक्ती होऊ लागली होती, याचं मला कौतुक वाटलं.

मला खूप खूप बरं वाटलं.

❑

८

वाल्यानं लहानपणीच शिकायला सुरुवात केली होती. वोवानंही तिच्याबरोबर बाराखडी गिरवली होती. आता दोघंही मोठ्या अक्षरांतली बालबोध पुस्तकं वाचायला लागले होते. वाशापण घडाघडा वाचायला लागला होता. जेव्हा पाहावं, तेव्हा त्याच्या हातात पुस्तक असे.

जेनियाही याला अपवाद नव्हती.

"वाल्या, जरा एवढे बटाटे सोलून दे मला." मी वाल्याला बोलावलं. तिचं डोकं पुस्तकात.

"वाल्या." मी पुन्हा हाक मारली.

"आले आले आई, दोन मिनिटांत आले." एवढं म्हणून वाल्यानं पुन्हा वाचायला सुरवात केली.

मी पुन्हा हाक मारली; पण उत्तर आलं नाही. मी उठले. पाहिलं तर वाल्या वाचनात दंग.

मी तिच्या खांद्यावर हात ठेवला तरी ती वाचनातच दंग.

"मग राजपुत्रानं त्या मुक्या मुलीची सुटका केली." माझ्याकडे पाहत वाल्या म्हणाली, "आई, गोष्ट इतकी मस्त आहे, की काय सांगू?" पुस्तक घेऊनच वाल्या आली. जिन्याच्या पायरीवर बसून दोन्ही गुडघ्यांत पुस्तक. एका हातात बटाटा,

दुसऱ्या हातात सुरी, असं तिचं काम सुरू झालं. दोन बटाटे कसेबसे नीट झाले. तिसरा हवेतच. हातात सुरी, वाल्या परत वाचनात दंग.

शेवटी मीच उठून तिचं पुस्तक बंद केलं. म्हटलं, "वाल्या, सकाळपासून बघते आहे वाचन वाचन आणि वाचन. वाल्या, प्रत्येक गोष्टीला काळ-वेळ असते."

आता मात्र वाल्याला बटाटे सोलण्यावाचून गत्यंतर नव्हतं; पण बटाटे सोलता सोलता तोंडानं बडबड चालू होती. "मी मोठी झाल्यावर असं मशिन बसवणार आहे, की जे घरचं सगळं काम करील. मी मशिन सुरू करीन अन् आरामात वाचत बसेन. फक्त अधूनमधून मशिन चालू आहे का नाही, ते बघायचं, की झालं."

हल्ली हल्ली आमच्या घरात बोर्डिंग स्कूलचा उल्लेख व्हायला लागला होता. आम्ही अनाथालयाला अनाथालय न म्हणता बोर्डिंग स्कूल म्हणायला लागलो होतो. कदाचित, या शब्दानं अनाथालय या शब्दाची बोच थोडी कमी व्हावी, हा माझा उद्देश होता. वोवाला आम्ही अनाथालयात ठेवणार होतो. त्यालाही बोर्डिंग स्कूल म्हटलं की थोडं बरं वाटायचं.

आता वोवाला निरोप देण्याची वेळ आली होती. सर्व कागदपत्रं तयार व्हायची होती. आज करू, उद्या करू, असं होत होतं. डेव्हिडना शंका आली. वाल्या अन् वाशासारखं होईल असं त्यांना वाटत होतं. मी वाल्या अन् वाशाला अनाथाश्रमाच्या दारात नेऊन परत आणलं होतं, हे त्यांच्या ध्यानात होतं.

पण आता असं करून चालणार नव्हतं. एक दिवस जाऊन मी सगळी कागदपत्रं तयार करून आणली.

मी स्वयंपाकघरात काम करत होते. अचानक वोवा स्वयंपाकघरात आला अन् माझ्या कमरेला मिठी घालत म्हणाला, "आई."

हो आईच. हल्ली तोही माझ्या इतर मुलांप्रमाणे मला आई म्हणायला लागला होता.

"आई, त्या दिवशीच्या मिठाई प्रकरणावरून तर तू मला अनाथाश्रमात पाठवत नाहीयेस ना?" वोवानं केविलवाणेपणानं विचारलं.

माझा गळा दाटून आला. मी त्याला पोटाशी धरलं अन् म्हटलं, "नाही रे बाळा, मुळीच नाही. ती गोष्ट तर मी केव्हाच विसरले आहे. आम्ही कुणीही त्याची आठवणही काढत नाही आणि तुला अनाथाश्रमात नाही, बोर्डिंग स्कूलमध्ये ठेवायचं अगोदर ठरलं होतं ना? तू बघतोच आहेस, शहरात एकच खोली आहे. आहे ना?"

"हो. हो. माहीत आहे ना! ते तर आहेच. मला माहीतच होतं, की मिठाई प्रकरणावरून निश्चितच पाठवत नाहीयेस; पण त्या प्रकरणाविषयी मी तुझ्याशी बोलणारच होतो. खरं सांगू आई? त्या दिवशी काय झालं, तू मिठाई घेऊन दिलीस ती मी घेऊन येत होतो. मनात म्हटलं, जरा खाऊन तर बघू या कशी लागते ती!

म्हणून थोडीशीच खाल्ली. आई, अशी मिठाई मी कधीच खाल्ली काय, बघितलीही नव्हती. अगं खाता खाता एकच वडी राहिली. म्हटलं, आता ही एकच वडी कशी न्यायची घरी? म्हणून तीही खाल्ली. हे सगळं तुला सांगायचं होतं; पण धीर होत नव्हता.'' एवढं बोलून वोवा माझ्यापुढं अपराध्यासारखी मान खाली घालून उभा राहिला.

मला काय बोलावं समजेना. मनात विचार आला, वोवाला मनातून या गोष्टीचा किती त्रास झाला असेल?

त्याची समजूत घालत मी वोवाला म्हटलं, ''वोवा, तुला एक कविता सांगू? ऐक.''

''झाले गेले विसरून जा – भविष्यात सांभाळून जा।
प्रगतीचा हा मार्ग समजुनी – जीवन आपुले उजळीत जा।।''

''आई, मला अगदी खरंच खूप वाईट वाटलं त्या दिवशी. आयुष्यभर विसरणार नाही ते मी.''

''ठीक आहे वोवा. तू आपली चूक कबूल केलीस. हा तुझा मोठेपणा आहे. बर्फी काय एवढीशी गोष्ट; पण प्रामाणिकपणा, इमानदारी ही फार मोठी चीज आहे.'' मी म्हटलं.

''तुझी शपथ घेऊन सांगतो, आई, आयुष्यात कधीही बेईमानी करणार नाही मी.'' वोवा छातीवर हात ठेवत म्हणाला.

दुसऱ्या दिवशी वोवा जाणार होता. त्याची आमच्या घरची रात्र शेवटची होती.

सगळे झोपले होते. वोवालाही झोप लागली होती; पण तो एकसारखा कूस बदलत होता. मला त्याचं अस्वस्थपण कळत होतं.

मी त्याच्या उशाशी जाऊन बसले. त्याच्या केसांतून हात फिरवत म्हटलं, ''वोवा, सगळं ठीक होईल. काळजी करू नकोस.'' सकाळी उठून मी वोवाचं सामान आवरत होते. जेनिया मला मदत करत होती. वोवानं आपलं सुतारकामाचं सामान पेटीत भरलं. आम्ही जायला निघालो. दरवाज्याच्या चौकटीला धरून वोवा हुंदके देऊन रडायला लागला. त्याला रडताना पाहून वाल्या अन् वाशाही रडायला लागले. जेनिया खिडकीजवळ जाऊन डोळे पुसत होती अन् माझ्या गळ्यात हुंदका अडकला होता; पण शेवटी मीच जोरात म्हटलं, ''आहा रे शूरवीर! मुली सासरी जाताना रडतात, तस्सा रडतोयस वोवा तू.''

वोवाच्या रिकाम्या अंथरुणाकडे माझी नजर एकसारखी जात होती. बिछाना सुना सुना वाटत होता.

वोवा गेल्यावर वाल्यानं शाळेत जाणार म्हणून हट्ट धरला. मी तिला समजावलं, की ती अजून लहान आहे. शाळेत घेणार नाहीत सात वर्षांशिवाय.

''मग आई, त्यांना सांग मी आठ वर्षांची आहे म्हणून.''

"खोटं बोलू मी?"

"मग काय करायचं?"

पुढचा अर्धा तास वाल्यानं शाळेत घाल म्हणून टुमणं लावलं होतं. मग म्हणाली, "आत्ता तर मी घडाघडा वाचते. जर घरीच सगळं शिकले, तर शाळेत शिकायला काहीच राहाणार नाही."

मला हसायलाच आलं. म्हटलं, "काळजी करू नकोस. शाळेत शिकण्याजोगं काहीतरी निघेल."

शेवटी पुढच्या वर्षी शाळेत नक्की घालायचं या अटीवर वाल्याची भुणभुण थांबली. ती टाळ्या पिटत नाचायला लागली. तोंडात एकच पालुपद. 'मी शाळेत जाणार. मी शाळेत जाणार.' तिची तयारीही सुरू झाली. पेन्सिलीचे तुकडे, रबर, जेनियाची एखादी वही, पेन घालून हिचं दप्तर तयार झालं. वर्षभर अवकाश होता तरी.

कबूल केल्याप्रमाणे मी वोवाला आणायला बोर्डिंग स्कूलमध्ये गेले. तो कपडेबिपडे करून तयार होऊन माझी वाटच बघत होता.

"कसं काय वोवा? कसं वाटतंय इथे?" मी विचारलं.

"खूप छान वाटतंय. इथे एक आगगाडी आहे. अगदी खऱ्यासारखी पण छोटी. सुतारकामाची हत्यारंही आहेत. मी तुझ्यासाठी एक पेटी बनवायला घेतली आहे." तो उत्साहानं सांगत होता.

"आणि तुझे मित्र वगैरे?" मी.

"आहेत चांगले." पण त्याचं हे उत्तर मनापासून नव्हतं, असं मला वाटलं. वोवा पुढे म्हणाला, "आपल्या घरचे लोक आहेत तसे नाहीत ते. बाकी बरे आहेत."

सुटी संपून वोवा परत जायला निघाला; पण जायला फारसा उत्सुक दिसत नव्हता.

तसं आमचं आता ठीक चाललं होतं. डेव्हिड ग्लावमुकाच्या कारखान्यात जात होते. लेना तिच्या कारखान्यात. जेनिया शिकत होती. तिने संगीत विद्यालयात नाव घातलं होतं. आता ती तिथे भारी किमतीचे बूट घालून जात असे आणि पावसाळ्यात नवे चमकदार बूट वापरत असे. सेरेज्काचं अधूनमधून पत्र येई. मीही त्याला उत्तर पाठवायची. माझ्या पत्राच्या शेवटी घरातला प्रत्येकजण दोन-चार ओळी लिहायचा. त्यांना लांबलचक पत्र लिहिण्याचा कंटाळा येई. मी स्वत: पोलीस ठाण्यात बालविभागात काम करत होते.

एक दिवस जोरदार वादळ झालं. मी एका चौकातून रस्ता पार करत होते. मी पाहिलं, की वोवाच्याच वयाची मुलं पायांना गंजलेले स्केट्स दोरीनं बांधून बर्फावरून घसरत होती. उंचावरून घसरत येऊन बरोबर ट्रामच्या रुळावर येऊन थांबत. खरं तर हे सारंच जीवघेणं होतं. मी त्यांना थांबवायचा प्रयत्न केला; पण त्यांचा आरडाओरडा चालूच.

एक भरगच्च ट्राम खालच्या बाजूला येत होती आणि चौकाच्या बाजूला तर मोटारींची रांगच होती. मी मनात म्हटलं, किती धोकादायक आहे ही जागा. इथे खेळायला तर बंदीच घालायला हवी.

काय करावं? या विचारात मी होते. तोवर एक हृदयभेदक किंकाळी कानांवर पडली. रस्त्यावरून चालणारे सगळे लोक किंकाळी आलेल्या दिशेनं धावले. शिपायानं शिट्टी वाजवली आणि सगळी रहदारी थांबली.

किंकाळीचा आवाज अजूनही वातावरणाला भेदून जात होता. सगळ्या गर्दीतून आणि धक्काबुक्कीतून मीही घटनास्थळी गेले. बारा-तेरा वर्षांचा एक मुलगा बर्फावर पडला होता. कपड्याच्या पिळ्यासारखा त्याचा पाय दबला गेला होता.

ते दृश्य पाहून तर माझ्या अंगावर काटाच आला. क्षणभर मी डोळेच मिटले. ॲम्ब्युलन्सचा आवाज आला, तेव्हा कुठे मी डोळे उघडले. शुद्धीवर आल्यासारखं वाटलं.

मी झटकन येणारी ट्रॅम पकडली अन् मॉस्कोला परतले अन् लगेच मॉस्को सोव्हिएत सांस्कृतिक विभागात गेले. माझ्या चेहऱ्यावर भीती, घाबरलेपण दिसत होतं. अंगही कापत होतं.

"अरे, या तर नटालिया आहेत; पण चेहरा का असा? कुठून आलात आपण?" असं म्हणत एकानं मला बसायला खुर्ची दिली. प्यायला पाणी दिलं.

"काय झालं तुम्हाला?" एकानं अदबीनं विचारलं.

"मला काही झालं नाहीये; पण मी जे पाहिलं ते... ते." मला पुढे बोलवेना.

"सांगा ना, काय झालं?"

मी जे पाहिलं ते सांगितलं. मुलांचा खेळही सांगितला. त्यांनी मला विचारलं, "यावर उपाय करण्याबद्दल तुमचं काय मत आहे?"

मी सरळ अन् स्पष्ट सांगितलं की, "तिथे उतारावर पोलीस असणं आवश्यक आहे. तसंच एक साइनबोर्डही लावायला हवा. पहाऱ्यासाठी स्वयंसेवक नेमायला हवेत त्या जागेवर. काहीतरी करायला हवंच आहे."

"जरूर करू. निश्चित होईल. तुम्ही एका कागदावर तुमची योजना लिहून द्या. खाली सही करा."

"पण कागदावर काय लिहू?" मी विचारलं.

"आपण जे पाहिलंत, जे जाणवलं आणि जे राहायला पाहिजे ते सगळं लिहा." मी सगळं लिहून खाली सही केली आणि कागद त्याच्या हातात दिला.

"बरं झालं तुम्ही लिहून दिलंत ते. आम्ही आपल्याला खात्री देतो, की परत ज्या वेळेला तुम्ही या जागी याल, तेव्हा तुम्ही सांगितलेली व्यवस्था झालेली दिसेल." सोव्हिएत सांस्कृतिक विभागाच्या लोकांनी मला सांगितलं.

मला परत जावं लागलंच नाही. चार-पाच दिवसांनी मलाच कळवण्यात आलं की त्या जागेवर पोलीस, साइनबोर्ड आणि मुलांनी तो खेळ खेळू नये म्हणून एका स्वयंसेवक पथकाची व्यवस्था झालेली आहे

थंडीचे दिवस सुरू झाले होते. वोवा सुटीत आमच्या घरी आला होता. सर्जीलाही त्यानं काही उत्तम कामगिरी केल्याबद्दल सुटीचा पास मिळाला होता.

वोवानं जेव्हा सेरेज्काला प्रथम पाहिलं, तेव्हा तर तो अवाक् झाला होता. तो त्याच्या वैमानिकाच्या पोशाखाकडे सारखा पाहत होता. सेरेज्काची नजर चुकवून तो कधी कधी त्याच्या टोपीवरून हात फिरवी.

सगळेजण सुटीत जमल्यामुळे अगदी सणाचं स्वरूप आलं होतं. गाणं, हसणं खाणं, पिणं— सगळी धमाल झाली.

सेरेज्का पियानो वाजवायला बसला. ''चला, सगळे मिळून गाणं म्हणू या,'' असं म्हणून त्यानं वाजवायला सुरवात केली.

''हासत नाचत गाऊ या — आपुल्या देशाचे गाणे
मार्गावरती आहे आपण — श्रद्धेने जाणे.''

हे कवायतीचे गाणे आम्ही सगळेजण म्हणू लागलो.

''कधी न चुकणे वाट जराही,'' जेनियानं एक ओळ म्हटली.

''अरे आमची कोकिळा तर खूप छान गाते आहे.''

असं कुणीतरी म्हणताच जेनियानं गाणं बंद केलं.

''जेनिया, छान आहे आवाज तुझा.'' असं म्हणून सेरेज्का माझ्याकडे बघत म्हणाला. ''पट्टीची गाणारी होणार ही.''

लेना मान वळवत म्हणाली, ''पण प्रोग्रॅम होईल तेव्हा फ्री पास द्यायला विसरू नका बाई.''

''तू माझा द्वेष करतेस लेना.'' जेनियानं तिला जोरात थप्पड मारत म्हटलं. ''मूर्खच आहेस. चेष्टासुद्धा कळत नाही.'' लेनानं वेडावत म्हटलं.

मी मनात म्हटलं प्रकरण किती वाढतंय कोण जाणे. पण भांडण फार काळ टिकलं नाही. सगळ्या आनंदावर विरजण पडलं असतं. लेना अन् जेना दोघींनाही लहानपणापासून एकमेकींबद्दल आकस होता. लेना तशी स्वभावानं उदार होती. द्वेष करणं तिच्या स्वभावातच नव्हतं; पण खरं तर तिच्या जीवनाला अजून दिशा मिळाली नव्हती. सेरेज्कानं त्याचं कार्यक्षेत्र निवडलं होतं. जेनियाची शाळा, गाण्याचा क्लास चालू होता अन् संगीत हे तिचं ध्येय होतं.

लेनाचंच अजून काही ठरत नव्हतं.

दिवस आपापल्या कामात जात होते. विशेष असं काही नव्हतंच. सेरेज्काची पत्रं येत होती. त्याच्या पत्रांत विमान, वैमानिक, आकाशभ्रमण याचीच वर्णनं असायची;

पण त्याचं गणिताचं ज्ञान थोडं कमी पडत होतं, त्यामुळे थोडं कठीण जात होतं.

एका पत्रात त्यानं लिहिल होतं, की ''शिक्षणाची बाजू भक्कम असल्याशिवाय ज्ञान ग्रहण करणं अवघड असतं, हे पटतंय मला. वाशाला मात्र मी ही चूक करू देणार नाही.''

पत्र वाचून मला वाटलं, खरंच आहे. मुलांच्या लहान वयात मोठी माणसं सांगतात ते त्यांना पटत नाही. ती ते करतही नाहीत आणि भविष्यकाळात मात्र ती उणीव जाणवते.

स्वत:च्या अनुभवातूनच खूप शिकायला मिळतं, हेच खरं. म्हणतात ना, 'आपण मेल्याशिवाय स्वर्ग दिसत नाही.'

वाल्या अन् वाशा दोघं सख्खी भावंडं, एकाच आईची. दोघांचं रक्त एकच, दोघांच्यात जेमतेम दीड वर्षाचं अंतर; पण दोघंही अतिशय भिन्न प्रकृतीची, याचं मला आश्चर्य वाटायचं.

वाल्या लाजाळू, पण हट्टी होती. स्वच्छता, नीटनेटकेपणा, स्वत:च्या वस्तू सांभाळून ठेवणं तिला छान जमायचं. वाचन, चित्रकला, कातरकामाची तिला आवड होती; पण एखादी गोष्ट मनासारखी झाली नाही, की कोपऱ्यात जाऊन बसायची अन् तोंडातल्या तोंडात पुटपुटायची. तिची इच्छाशक्ती जबर होती. एखाद्या कामात झोकून देणं तिला जमायचं. या उलट वाशा मनमौजी, कलंदर स्वभावाचा. जनावरांच्या मागं धावायचं, उड्या मारायच्या, असला धडपड्या स्वभाव. जरा शांतपणा नाही. राग तर नाकावर, पण लवकर शांतही व्हायचा. कुढणं त्याच्या स्वभावातच नव्हतं. आरडाओरडा, मारपीट करेल, पण तेवढ्यापुरतंच.

दोन सख्ख्या भावंडांत एवढा फरक, तर मग माझी बाकी मुलं तर वेगवेगळ्या मातांची होती. पूर्वपश्चिमेचं अंतर होतं. वोवा तर सगळ्यांहून वेगळा.

वोवा अनाथाश्रमात राही अन् सुटीला आमच्याकडे येई. वर्गातही तो हुशार होता. हस्तकलेत प्रगती होती. कोणतंही काम बुद्धी वापरून उत्साहानं करणं, ही त्याची विशेषता होती; मात्र — अनाथालयाबाबत तो एकही शब्द बोलत नसे.

आमचं घर तो आपलंच मानत असे. लेना, जेना, तो थोड्याफार फरकानं एकाच वयाचे; पण त्या मुली होत्या. त्यांच्या आवडीनिवडी वेगळ्या होत्या. वाल्या अन् वाशा त्याच्यापेक्षा खूप लहान होते; पण तो मला 'आई' म्हणे. मी सांगेन तेवढं ऐकायचं एवढंच त्याला माहीत, त्यामुळे माझ्याशी तो जरा संकोचानं वागे.

मनमोकळेपणानं तो कधीही बोलत नसे. कदाचित लहानपणापासूनची सवय असावी.

मी आता जो प्रसंग सांगणार आहे, त्याचं मूळ वरील वाक्यात आहे, असा माझा विश्वास आहे.

एकदा सुटी असूनही वोवा घरी आला नाही. का ते समजायला मार्ग नव्हता. मी रात्री घरी आले, तेव्हा मला कळलं, की त्या दिवशी वोवा आलाच नाही.

मी अनाथालयात फोन केला. तिथली आया फोनवर आली. मी तिला वोवाच्या संदर्भात सांगितलं अन् तो तिथे आहे का, ते विचारलं.

"थोडं थांबा, मी पाहून येते." असं म्हणून ती गेली.

दोनच मिनिटांनी तिने फोनवर सांगितलं, की वोवा तिथे नाहीये. तो कुठे आहे हे कुणालाच माहीत नाहीये.

सकाळी दहापर्यंत मी कितीतरी वेळा फोन केला; पण वोवाचा पत्ता लागला नाही. दुसऱ्या दिवशीही सकाळी फोन केला, उत्तर तेच मिळालं.

मग मात्र मी तडक अनाथालयातच गेले. पाच-दहा वेळा घंटा वाजवूनही कुणी दार उघडलं नाही. बऱ्याच वेळानं तिथली कामवाली बाई आली.

"मास्तरीण बाई आहेत का?" मी विचारलं.

"नाहीयेत."

"कुठे गेल्या?"

"माहीत नाही."

"डायरेक्टर साहेब तरी?"

"तेपण नाहीत."

"मग मुलांबद्दल कुणाला विचारायचं?"

"सुपरवायझरसाहेबांना."

"त्यांना जरा बोलवा."

काय कटकट लावलीय, अशा अविर्भावात माझ्याकडे बघत ती निघून गेली.

बऱ्याच वेळानं सुपरवायझरसाहेब आले. म्हणाले, "वोवाच्या संदर्भात भेटायला आलात का? काय झालंय?"

"काल तो घरी आलाच नाही. म्हणून मुद्दाम आले." मी सांगितलं.

"कालपासून?" त्या आयानं कुत्सितपणानं विचारलं.

खरं तर मला राग आला होता; पण संयमित स्वरात म्हटलं, "होय, काल तो घरी का नाही आला?"

"पण गेले चार दिवस तर तो तुमच्याकडे म्हणूनच गेला आहे. मग आला नाही असं कसं म्हणता?" सुपरवायझर म्हणाले.

"काय? चार दिवस तो माझ्याकडे आलाय? काय म्हणताय काय? मागच्या सुटीनंतर तो एकदाही आमच्याकडे आला नाही." मी सांगितलं.

अधिक चौकशी केल्यावर असं समजलं, चार दिवसांपूर्वी तो डायरेक्टरची परवानगी घेऊन सुटीवर गेला होता. जाताना सांगितलं होतं, फ्लौमर कुटुंबातील

माझ्या आईनं जरुरीच्या कामासाठी बोलावलं आहे.

डायरेक्टरनंही काही चौकशी न करता परवानगी कशी दिली, याचं मला आश्चर्य वाटलं.

मी घरी आले; पण रस्त्यात वोवाबद्दलच्या नाना शंकाकुशंकांनी डोकं चक्रावून गेलं.

मी परत गावातल्या घराकडे आले. तिथे वोवा सुखरूप होता; पण अनाथालयातून येण्याचं कारण मात्र समजलं नव्हतं.

आमच्या गावाकडल्या घराजवळ एक म्हातारी राहत होती. ती म्हणाली, गेले चार दिवस वोवा इथेच राहतो आहे अन् म्हणतो आहे, की आता पुन्हा अनाथाश्रमात कधीच जाणार नाही.''

''वोवा, काय भानगड आहे?'' मी जरा रागानंच विचारलं.

प्रथम त्याचा चेहरा गोरामोरा झाला. पण दुसऱ्या क्षणी धीटपणानं म्हणाला, ''आई, तू मला तिथे ठेवूच शकत नाहीस.''

''वोवा, या म्हणण्यात काय अर्थ आहे? तुला कुणी जबरदस्तीनं तिथे पाठवलं नव्हतं आणि तूच म्हणत होतास, की तिथे सगळं चांगलं आहे म्हणून.'' मी म्हटलं.

''चांगलं आहे म्हणे!''

माझेच शब्द वोवानं उच्चारले अन् म्हणाला, ''पण मी तिथे जाणार नाही. नाही म्हणजे नाही.''

मग मीही त्याला जास्त काही विचारलं नाही; पण शांतपणे म्हटलं, ''माझी काही हरकत नाही. तुला कारण सांगायचं नसलं, तर नको सांगूस; पण आपल्याला मॉस्कोला गेलं पाहिजे. तिथले सगळेजण काळजी करत असतील.''

''मी येणार नाही. तू मला पुन्हा अनाथाश्रमात पाठवशील.'' त्यानं शंका प्रदर्शित केली.

''मुळीच पाठवणार नाही. तुझ्या मनात जायचं असेल, तेव्हा जा; पण इथे खेडेगावात उपाशी मरशील.'' मी सत्यपरिस्थिती सांगितली. ''उपाशी कसा राहीन? गाय आहे, दूध तर मिळेल.'' वोवाचा युक्तिवाद. ''वेडा कुठला! नुसत्या दुधावर कसं भागेल? चल — आज मॉस्कोला मेजवानी आहे.'' मी त्याच्या केसांतून हात फिरवत म्हटलं.

आम्ही मॉस्कोला जायला निघालो. लोकलच्या डब्यात आम्ही दोघंच होतो. एकाएकी वोवानं विचारलं, ''आई, खरा मित्र कुणाला म्हणतात गं?''

''कितीही त्रास झाला, तरी जो तुझी मैत्री तोडणार नाही, तो खरा मित्र.'' मी सांगितलं.

यावर वोवा काहीच बोलला नाही. मग मीच म्हटलं, ''तसं म्हटलं तर कधी

कधी खरे मित्र बदलतात. समज, तुझा एक मित्र आहे, त्यानं अगदी स्वतःचे प्राण संकटात घालून तुला वाचवलं आहे; पण पुढे तो चोऱ्यामाऱ्या करायला लागला, तर अशा माणसाशी दोस्ती ठेवणं बरोबर होणार नाही.''

''पण तू हे सगळं मला का सांगतेयस?'' वोवानं झटकन विचारलं.

''तुला असं नाही रे सांगत, पण सामान्यपणे जे घडतं ते सांगितलं मी.''

''पण अनाथाश्रमातली मुलं हे मानायला तयारच नाहीत. अशा मुलाला ते चमचा म्हणतात.'' वोवा म्हणाला.

त्याच्या तोंडचा 'चमचा' शब्द ऐकून मी शहारलेच. साधारणतः गुंड मुलं हा शब्द वापरतात हे मला पोलीस ठाण्यात काम केल्यामुळं समजलं होतं; पण वोवाच्या तोंडून हा शब्द ऐकला अन् मनात म्हटलं, ''वोवा अशा गुंड, मराठी मुलांच्यातला तर झाला नाही ना?''

मी वोवाला विश्वासात घेऊन सांगितलं. ''वोवा, काय असेल ते स्पष्ट सांग. भिऊ नको. मी तुला मदत करीन.''

''आई, खरी गोष्ट अशी आहे; पण जाऊ दे तुझ्या लक्षात येणार नाही ते.'' असं म्हणून वोवा खिन्नपणे हसला.

''वोवा माझ्या सगळं लक्षात येईल, मी पोलीस ठाण्यात काम करते. भिऊ नको सगळं सांग.'' मी त्याला धीर देत म्हटलं.

''ठीक आहे सांगतो. आई, तिथली मुलं चोरी करतात अन् मला ते आवडत नाही.'' वोवा म्हणाला.

''कुठली मुलं?'' मी विचारलं.

''अनाथाश्रमातली. एक-दोन नाही, अशी खूप मुलं आहेत.''

एवढं बोलून वोवा गप्प झाला. कदाचित त्याला आपण उगीच बोललो असं वाटलं असेल.

आता मॉस्कोही जवळ येत चाललं होतं. म्हणून कुणीच काही बोललं नाही. दोघंही गप्पच होतो.

आम्ही घरी पोहोचलो. सगळेच काळजी करत होते.

मी तासाभरात परत येईन असं वाटलं होतं त्यांना अन् आम्हाला तर यायला रात्र झाली होती.

सगळ्यांनी मला प्रश्न विचारले. मी थोडक्यात उत्तरं दिली अन् म्हटलं, ''चला जेवून घेऊ या.''

जेवणं झाली. वाल्या, वाशा झोपी गेले. लेना, जेना अन् वोवाला मी म्हटलं, ''जा, जरा चक्कर मारून या.''

घरात मी अन् डेव्हिडच राहिलो. मी जे जे घडलं ते सगळं त्यांना सांगितलं.

डेव्हिड म्हणाले, "बेजबाबदार संस्था दिसतेय. चार-चार दिवस मुलं पळून जातात अन् यांना पत्ता नसतो!"

मी हळूच म्हटलं, "मी आत्ता वोवाला काही विचारणार नाहीये. तुम्हीही विचारू नका. सकाळी बघता येईल."

दुसऱ्या दिवशी सगळे आपापल्या उद्योगाला गेले. मी अन् वोवाच राहिलो. मी त्याच्याकडून खुबीनं सगळं काढून घेतलं.

परिस्थिती अशी होती— अनाथाश्रमात मुलांची एक टोळी होती, जी चोऱ्या करत असे. साखर, टॉवेल, प्लेट्स, चादरी सगळ्यांची चोरी होत असे. या टोळीत दहा-बारा मुलं होती. त्यातले तिघेजण म्होरके होते. एकेका वर्गात दोन-तीनदा नापास झालेले. एकाचं वय चौदा, दुसऱ्या दोघांची बारा-तेरा अशी. या तिघांचा बाकीच्यांवर वचक होता, त्यामुळे सगळे त्यांचं ऐकत. ही तिघं 'दादा' मुलं लहान मुलांकडून मिठाई, कपडे, खेळणी, सगळं हिसकावून घेत अन् विकत. कधी कपडे फाड, खेळणी मोड असं चालायचं. त्यांच्या दृष्टीनं वोवा गिऱ्हाइकाला माल पोहोचता करायला उपयोगी होता. वोवाला ते काम भीतीनं करावंच लागे. याबद्दल तक्रार करायची कुणाची हिंमतच नव्हती. कुणी तक्रार केलीच, तर त्याची अवस्था फार वाईट होत असे.

सोव्हिएत देशात अनाथाश्रमांची अशी अवस्था असणं, हे वाईटच होतं अन् आश्चर्यकारकही; पण वोवाकडून मला कळलं, की या गुंडगिरीला कुणी अडवू शकत नव्हतं आणि पायोनियर संस्था अजून तिथपर्यंत पोहोचलीच नव्हती. सुपरवायझरची दर तीन दिवसांनी बदली व्हायची. आम्हाला भेटलेली तिथली आया पंधरा दिवसांपूर्वीच आली होती. तिने एक मीटिंग घेऊन चोरीचा विषय काढला होता; पण तिला काहीच माहिती मिळाली नाही. वोवाच्या म्हणण्यानुसार तिथले शिक्षकही या 'दादा' मुलांना घाबरत.

"मी तिथे मुळीच जाणार नाही. अजिबात नाही." वोवा सारखं हेच म्हणत होता. तोही मनातून घाबरला होता.

"तू संस्थेच्या डायरेक्टरला सांगितलं का नाहीस? सांगितलं असंतस, तर त्या मुलांना त्यानं अनाथालयातून काढून टाकलं असतं अन् सगळा मामला संपला असता. नाही का?" मी वोवाला विचारलं.

"आई, डायरेक्टरसुद्धा काही करू शकला नसता. ही मुलं जवळजवळ सगळ्या अनाथालयातून राहून आली आहेत. आमचं कोण काय करणार? अशी त्यांना घमेंड आहे. निगरगट्ट आहेत ती." वोवानं सांगितलं.

तरीसुद्धा मी वोवाला म्हटलं, "तुझं मन कमजोर आहे, म्हणून तुला त्यांची भीती वाटते आहे. तू दोरीला साप समजतोयस."

पण मी स्वत: जेव्हा चौकशी केली, तेव्हा तो साप नसून मोठा भुजंग निघाला.

वोवाला घरी ठेवून मी स्वतःच अनाथाश्रमाच्या डायरेक्टरना भेटायला गेले. का कोण जाणे, त्यांनी अविश्वासाच्या दृष्टीनंच माझं स्वागत केलं.

जेव्हा त्यांना मी मुलांची टोळी, त्यांच्या कारवाया याबद्दल सांगितलं, तेव्हा त्यांना रागच आला. म्हणाला, "पुष्कळ मुलांना राईचा पर्वत करायची सवय असते."

"पण आपण चौकशी करू या. खरी गोष्ट काय आहे, हे पाहायला काय हरकत आहे? मुलांना जे वाटतंय, जाणवतंय ते त्यांनी निःसंकोचपणे सांगावं. आपल्याला शक्य नसेल तर मुलं चोरलेला माल कुठं विकतात त्याचा शोध लावू." मी म्हटलं.

माझ्या या वक्तव्यावर निर्लज्जपणे हसत डायरेक्टर म्हणाले, "क्षमा करा, सगळी कामं सोडून हेरगिरी करायला मला वेळ नाही."

डायरेक्टर मला अगदी तुच्छ, घमेंडखोर आणि दुष्ट स्वभावाचा वाटला.

मी पायोनियर संघटनेच्या एका नेत्याला गाठलं; पण त्यानंही माझं काही ऐकलं नाही.

मग मात्र मी शिक्षणसमितीचा दरवाजा ठोठावायचं ठरवलं. त्यांनीही माझ्याकडून एक लांबलचक रिपोर्ट लिहून घेतला. चौकशी करू म्हणून सांगितलं. मी निराश होऊनच परतले.

मनात विचार आला, मॉस्कोला जावं का? मी तसंच केलं.

माझ्या एका जुन्या परिचित मित्रानं सगळं म्हणणं ऐकून घेतलं. चौकशी करीन असं सांगून त्यानं मला असा सल्ला दिला, की वोवाला अनाथाश्रमात पाठवू नये. कदाचित 'ती' मुलं त्याला मारतील.

दुसऱ्याच दिवशी मॉस्को सोव्हिएतहून मला फोन आला. त्यांनी सांगितलं, की चौकशी सुरू आहे आणि वोवाची हरकत नसेल, तर त्याला दुसऱ्या एखाद्या अनाथाश्रमात पाठवण्याची व्यवस्था होईल.

मी त्यांचे आभार मानले.

रात्री वोवाला विचारलं, "वोवा, दुसऱ्या एखाद्या अनाथाश्रमात जाशील?"

"तो तरी कसा असेल काय माहिती?" वोवा म्हणाला.

"तो चांगला असेल, कारण तिथे ही मुलं नसतील." मी सांगितलं.

पण वोवाला ते खरं वाटलं नाही. मी जरा गंभीर होऊनच वोवाला म्हटलं, "वोवा, तू लवकर हार मानतोस. निराश होतोस. अरे, धडपड केल्याशिवाय जीवनात काही मिळत नाही, हे पक्कं ध्यानात ठेव."

"खरं तर, या मुलांच्या टोळीत न सापडता उलट त्यांच्या भांडाफोडीचं काम तू केलं आहेस. अगदी शूरवीरासारखं."

वोवा थोडा विचारात पडल्यासारखा दिसला म्हणून मी म्हटलं, ''तू कधी पावलिक मोरोजोवचं नाव ऐकलं आहेस?''

''नाही.'' वोवानं सांगितलं.

मग जेनियाला बोलावून म्हटलं, ''जेनिया ते पावलिक मोरोजोवच्या चरित्राचं पुस्तक आहे ना तुझ्याकडे? त्याची गोष्ट सांग याला.''

जेनियानं लगेच पुस्तक आणून दिलं. अर्ध्या तासानं मी पाहिलं, की वोवा पुस्तकात डोकं घालून बसला आहे आणि पानांवर पानं उलटतो आहे. त्याला खाण्या-पिण्याचीही आठवण नाहीये.

रात्र झाली म्हणून म्हटलं, ''वोवा, झोप आता.''

वोवाचं उत्तरच नाही, मी परत हाक मारली. तेव्हा जेनियाच म्हणाली, ''आई, तुझं हे बरोबर नाही हं. एखाद्याला त्याच्या आवडत्या विषयापासून दूर का करायचं? वाचू दे त्याला.''

मी फक्त हसले. मग जेनियाला म्हटलं, ''पण जेनिया, घराची व्यवस्था, घरची कामं, मोठ्यांचं आज्ञापालन याबद्दल तुझं काय मत आहे?''

''पण आई शिस्तीतसुद्धा योग्य-अयोग्य याचा विचार व्हायला हवा.'' जेनियाचं उत्तर.

''मग मध्यरात्रीपर्यंत पुस्तक वाचत जागणं कितपत योग्य आहे?'' मी विचारलं.

''आई, त्याला पुस्तक वाचू दे आणि खरं सांगू, तू अजून वाचलं नसशील; पण वाचायला लागलीस, तर तूही हातातून खाली ठेवणार नाहीस.'' इति जेनिया.

''बरं बाई, तू जिंकलीस मी हरले.''

यावर आम्ही दोघी खूप हसलो.

दुसऱ्या दिवशी सकाळी मी स्वयंपाकघरात चहा करत होते. वोवा तिथे आला अन् म्हणाला, ''आई, मी प्रथम ज्या अनाथाश्रमात राहत होतो, तिथंच परत जाणार आहे. निश्चय केलाय मी.''

''का रे बाळा?'' मी विचारलं.

''पावलिक असता, तर त्यानं हेच केलं असतं.'' वोवा म्हणाला.

''पावलिकच्या पुस्तकाचा एवढा परिणाम होईल, असं स्वप्नातही वाटलं नव्हतं.''

मला खरं तर त्याला त्याच अनाथाश्रमात पाठवून पुन्हा संकटात टाकायचं नव्हतं, पण आता त्यानं अगदी निश्चयच केला होता आणि अधिक जागृत असणं आवश्यक होतं.

मी वोवाला म्हटलं, ''वोवा, संकटापासून पळून जाणं चांगली गोष्ट नाहीच; पण आता तू तुझं काम केलंयस. बाकीचं इतरांना करू दे.''

"पण आई, पावलिक असता, तर त्यानं स्वतःच हे सगळं केलं असतं की नाही? मी ही तसंच करणार आहे."

वोवा आपल्या मतावर ठाम होता.

तरीही मी म्हटलं, "वोवा, हे सगळं खूप वेळा परिस्थितीवरसुद्धा अवलंबून असतं. आता तू दुसऱ्या अनाथाश्रमात गेलास, तर तिथे पहिल्यापासून सावधपणाने राहशील ना? आणि या अनुभवानं शहाणा होशील."

असंच काही बऱ्याच वेळा सांगितल्यावर वोवा दुसऱ्या अनाथाश्रमात जायला तयार झाला.

ज्या दिवशी तो जायला निघाला, तेव्हा म्हणाला, "आई, आता मात्र माझ्यासमोर नेहमीच पावलिकचाच आदर्श राहील."

"शाब्बास." असं म्हणत मी पायोनियर दलाचा घोषशब्द उच्चारला "सावधान"— माझ्यामागून वोवानं म्हटलं, "सदासावधान." मी त्याला प्रेमानं कुरवाळलं.

थोड्या दिवसांनी मॉस्को सोव्हिएतकडून मला कळवण्यात आलं, की त्या अनाथाश्रमाची कसून चौकशी झाली होती. झडतीही घेतली गेली होती. सगळी बेइमानी, खोटा कारभार, चोरीमारी उजेडात आली होती. प्रत्यक्ष तिथला रेक्टरच या मुलांना सामील होता. सगळा कट त्याचाच होता. सगळे नोकरचाकर हो ला हो म्हणणारे होते आणि अशांनाच तो कामाला ठेवी. प्रामाणिक लोक तिथे टिकत नसत. आता तिथला कारभार बदलला आहे. टोळीचा नायक पकडला गेला आहे. त्याला सर्वांपासून अलग अशा वेगळ्या सुधारगृहात ठेवलं आहे.

आता तिथे सर्व ठीक चाललं आहे.

हे सगळं वाचून एवढी खटपट केल्याचं सार्थक झालं असं वाटलं.

पुढच्याच वर्षी वाल्याला शाळेत घातलं. वाल्याला अभ्यासाची इतकी गोडी आहे, हे पाहून मला आश्चर्य अन् आनंदही वाटला.

शाळेवरचं एवढं प्रेम फार कमी मुलांत दिसतं.

वाल्या आपली पुस्तकं, वह्या अगदी व्यवस्थित ठेवत असे. जराशी धूळ बसली, तरी झाडून पुसून स्वच्छ. तिचा सख्खा भाऊ वाशालाही ती आपल्या पुस्तकांना हात लावू देत नसे.

वाशा पण शाळेत जात होता; पण तो वाल्याइतका चुणचुणीत नव्हता.

एक दिवस वाशा आपल्या धड्यातले कठीण शब्द पाठ करत होता. तो चुकीचं पाठ करतोय, हे पाहून वाल्या गरजली, "गाढव कुठला."

मग एकदम काय वाटलं कुणास ठाऊक. म्हणाली, "वाशा, मी उद्यापासून तुला शिकवणार."

पण या मास्तरीणबाई एवढ्या काही उतावीळ होत्या, की विद्यार्थ्याच्या लवकर

लक्षात आलं नाही, तर अशा काही ओरडायच्या, की बस्स.

एक दिवस मी ऐकत होते — ''वाशा, तू शुद्ध गाढव अन् मूर्ख आहेस. ऐक, मी पुन्हा सांगते. एका मुलाजवळ पाच लिंबं आहेत अन् तुझ्याजवळ तीन, तर सगळी मिळून किती लिंब होतील?''

मोजायचा जराही त्रास न घेता वाशा चटकन म्हणाला, ''खूप होतील.''

वाल्याच्या अंगात मास्तरीणबाईंचा पार्ट एवढा मुरला होता, वाश्याचं जरासं चुकलं, जांभई आली, शिकण्याचा कंटाळा आला, की वाल्याच्या रागाला सीमाच राहायची नाही. मग ती वाशाला बहुवचनी संबोधून म्हणे, ''काय बॅरिस्टर, जमतंय का?''

तिच्या शाळेत शिक्षक ज्या तऱ्हेनं शिकवत, बोलत, वागत त्याची सगळी पुनरावृत्ती इथे होई. टेबलवर पट्टी आपटत म्हणायची, ''मुलांनो, गप्प बसा. नाहीतर अभ्यास होणार नाही.''

आणि हे ऐकून वाशा फिदीफिदी हसायचा. म्हणायचा, ''मी इथे एकटाच आहे अन् ही म्हणतेय, 'मुलांनो'.''

मग वाल्या म्हणजे मास्तरीणबाई रडायच्या.

हे रोजचं शिकवणं, रागावणं, धाकदपटशा अन् रडणं फारच व्हायला लागलं आणि हे गुरू-शिष्याचं नातं कधी एकदा संपतय असं मला झालं.

पण त्यावर एक उपायही निघाला. मी इथे एका खेळण्यांच्या दुकानात खेळणी पुरवण्याचं काम करत होते. वाल्या आणि वाशाही मला मदत करायला लागले अन् हे शिकणं-शिकवणं, गुरूशिष्य नाटक समाप्त झालं.

आता ती दोघं माझ्या खेळणी बनवण्याच्या कामात लक्ष घालायला लागली. घरात रंगीत कापडाच्या चिंध्या, रोगण, रंग, लाकडाचा भुसा यांचा पसारा असायचा. मी कोंबडा, कोंबडी यांच्या मागचा पुढचा भाग कापडावर काढून, कापून, शिवून ठेवी. वाल्या अन् वाशा त्यात लाकडाचा भुसा भरत. मी न शिवलेला भाग शिवून टाकत. तारेचे पाय बनवून ते कापडात घट्ट रोवून, त्यावर रोगण लावून पक्कं करून टाकत. संध्याकाळी डेव्हिड घरी येईपर्यंत आमचं हेच काम चाले.

कधी कधी डेव्हिड माझी चेष्टा करायचा. म्हणायचा, ''काही काम नसलं, तर तू माझा पायजमा उसवून तो परत शिवत जा, काम केल्याशिवाय तुला चैनच पडत नाही का? कसलं बेकार काम करताय?''

त्यावर वाल्या उसळून म्हणे, ''बेकार काय म्हणून? आईनंच आम्हाला सांगितलंय, की कोंबडा-कोंबडीच्या पाचशे जोड्या आपण बनवायच्या. त्याचे जे पैसे येतील त्यातून माझ्यासाठी अन् वाशासाठी नवे कोट शिवायचे. हो की नाही आई?''

''मग शंका आहे की काय? शिवायचे म्हणजे शिवायचे.'' मी म्हटलं.

मग डेव्हिड हसून म्हणत, "शिवा बाबा, कोट शिवा. जमलं तर आमच्यासाठीही एखादा शिवा."

कधीकधी लेना अन् जेना आम्हाला खेळणी बनवायला मदत करायच्या. लेना मागचे-पुढचे भाग मशिनवर जोडून द्यायची. जेना रंगवायचं काम करायची. विशेषत: तुरा रंगवताना तिला मजा वाटायची. एकीकडे रंगकाम चालायचं अन् तोंडानं गाणं.

जेनियाचं गाणं ऐकून मी मनात म्हणायची, 'पोरीचा आवाज तर खूपच छान आहे. मधुर आहे. हिला गाणं शिकवलंच पाहिजे.'

एक दिवस वाल्या टेबलाच्या खणात काहीतरी शोधत होती. तिच्या हाताला एक छोटंसं नोटबुक लागलं.

"आई, मी हे घेऊ?" तिने विचारलं.

"नको बाळा. ती बाबांची वही आहे." मी म्हटलं.

तसं आम्ही कुणीच डेव्हिडच्या कागदपत्रांना हात लावत नसू. मुलांना हे माहीत होतं. वाल्याला वाटायचं बाबांच्या नोटबुकमध्ये काय असणार? पुस्तकांची नावं, कामाच्या तारखा, नोट्स, कुणाचे पत्ते, एवढंच म्हणून तिने नोटबुक उघडलं. त्यात बीजगणिताची सूत्रं, भूमितीच्या आकृत्या काढलेल्या होत्या. तिला इतका काही आनंद झाला, की ती पानंच्या पानं उलटत राहिली. वाचत राहिली.

एकदा तिने जेनियाला विचारलं, "जेना दीदी, निवडणूक म्हणजे काय गं?"

जेनियानं गर्वात उत्तर दिलं, "तू लहान आहेस. तुला नाही कळायचं."

ते दिवस देशातल्या निवडणुकीच्या धामधुमीचे होते. प्रचाराचे फलक, पत्रकं, सभा यांना ऊत आला होता. आमच्या घरीही खूप पत्रकं येऊन पडली होती.

वर्तमानपत्रातल्या काही कात्रणांचा सारांश डेव्हिडनी नोटबुकात नोंद करून ठेवला होता.

माझ्या लक्षात आलं, की जेनिया, वाल्याला निवडणूक म्हणजे काय, हे कसं सांगावं या विचारात आहे. मग मी अगदी सरळ अन् सोप्या भाषेत तिला समजावून सांगितलं.

"आई, आपण कुणाला मत द्यायचं?" जेनानं विचारलं.

"अर्थातच स्टॅलिनला." मी उत्तर दिलं.

एकदा असंच आम्ही घरीच खेळणी बनवत बसलो होतो. दारावरची घंटा वाजली. वाल्यानं धावत जाऊन दार उघडलं.

"आई, तुझ्याकडे गृहसमितीतर्फे तुला भेटायला कुणीतरी आलंय." वाल्यानं सांगितलं.

तसे गृहसमितीचे लोक मुलांच्या प्रश्नाबाबत मला नेहमीच भेटत; पण या वेळेला ते त्यासाठी आले नव्हते. या वेळी महिला मतदारांना भेटून त्यांना मतासाठी तयार

करण्याचं काम मी करावं, असं त्यांचं म्हणणं होतं.

प्रथम मी मला जमणार नाही, असं म्हटलं; पण नंतर वाटलं, या क्षेत्रातही मला काही अनुभव मिळतील आणि तसे मिळालेही. बहुतेकांचा कल स्टॅलिनकडेच होता.

काहीजण मला माझ्या मुलांबद्दल माहिती मिळावी, मी त्यांच्याशी कशी वागते हे ऐकायला मिळावं म्हणून माझ्याशी गप्पा मारत.

आम्ही ज्या उमेदवाराचा प्रचार करत असू, त्याच्याबद्दलही बारकाईनं विचारत. मी प्रामाणिकपणे काम करत होते. ज्यांना लिहायला-वाचायला येत नव्हतं, त्यांनाही साक्षर करण्याचा प्रयत्न करत होतो.

इरोगोविच नावाचा पंचाहत्तर वर्षांचा म्हातारा होता. तो जुन्या पोथ्या वगैरे वाचे. तरुणपणात त्यानं पुराणवस्तू संशोधनकार्यात काम केलं होतं.

त्याची माझी भेट झाली, तेव्हा तो वाचतच होता. मी म्हटलं, "वर्तमानपत्र वाचता की नाही दादा?"

"नाही. त्याचं अक्षर इतकं बारीक असतं अन् माझा एक चष्मा फुटला. आता माझ्याकडे चष्मा नाही."

मग काही दिवस मी त्याला वर्तमानपत्र वाचून दाखवत असे.

कधी कधी लेनापण माझ्याबरोबर असायची. तीही साक्षरता प्रसाराचं काम करत होती.

एक दिवस मी तिला म्हटलं, "लेना, पुन्हा एकदा तू या बाजूला खेप घालशील का?"

"कशासाठी आई?"

"इरोगोविचसाठी चष्मा आणि मोठ्या अक्षरातलं वर्तमानपत्र घ्यायचंय." मी सांगितलं.

सगळीकडे निवडणुकीचं वातावरण होतं. प्रचार करणं, वर्तमानपत्र वाचून दाखवणं, वाचायला शिकवणं, धडाक्यानं चालू होतं अन् त्याचा परिणामही चांगला होत होता. दिव्यानं दिवा लावावा, तसं होत होतं. वाल्यापासून जेनियापर्यंत सगळेच कामाला लागले होते. घराघरात जाऊन बायकांना एकत्र करणं, सभा घेणं, मतदानाचं महत्त्व सांगणं चालूच होतं.

एक दिवस जेनिया धावत धावत घरी आली. तिच्या हातात एक तिकीट होतं. डेव्हिड घरीच होते. ती म्हणाली, "निवडणुकीत चांगलं काम केल्याबद्दल हे तिकीट मिळालंय."

डेव्हिडनी तिकीट बघितलं अन् म्हणाले, "हे तिकीट नाचाच्या निमंत्रणाचं आहे. आणि अजून तुझं वय नाचाला जाण्याचं नाही," असं म्हणून त्यांनी ते तिकीट स्वत:च्या खिशात ठेवलं.

जेनियाला रागही आला होता अन् वाईटही वाटत होतं. तिला बक्षीस मिळालेलं तिकीट वाया जाणार होतं. ती रागारागानं मैत्रिणीकडे निघून गेली.

रात्री ती घरी आली, तेव्हा मीही तिला नाचाला तू जाणं कसं योग्य अन् हितकारक नाही, हे समजावून सांगितलं. तिला ते पटलंही.

निवडणुकीच्या दिवशी पोलिंग बूथवर झालेल्या छोट्याशा जलशात जेनियानं भाग घेतला होता. जलसा संपल्यावर तिथला व्यवस्थापक म्हणाला, "तुमच्या मुलीचा आवाज खरंच छान आहे. आमच्याबरोबर आकाशवाणीवर यायला तुम्ही तिला परवानगी द्याल?" मला खूप आनंद झाला. मी खुशीनं परवानगी दिली अन् जेनिया संगीत क्षेत्रात चमकू लागली.

एक वर्ष उलटून गेलं. त्यात बऱ्याच घडामोडी झाल्या होत्या. सर्जीनं विमानविद्येची परीक्षा दिली होती अन् एका हवाई मार्गावर वैमानिक म्हणून त्याची नेमणूक झाली होती. त्यानं लग्नही केलं होतं. ते आम्हाला लग्न झाल्यावरच कळलं.

आमच्या लग्नाच्या पंचविसाव्या वाढदिवसाला तो आला होता.

त्या निमित्तानं आम्ही सगळे कुटुंबीय एकत्र आलो होतो. सेरेज्कानं जेवायच्या वेळी स्वत:च्या लग्नाबद्दल सांगितलं. त्याच्या बायकोचं नाव लीडिया रटेपानोवना होतं.

लेनाचं पण लग्न झालं. तिचा नवरा आमच्या आधीपासूनच ओळखीचा होता. गावाकडच्या घराशेजारीच राहत होता. त्याच्या कुटुंबाशी आमचे चांगले संबंध होते.

आता मला दोन नातवंडं, दोन नाती झाल्या होत्या. लेनाची बेनोच्का अन् सेरेज्काची जेनोच्का.

सेरेज्का सातव्या महिन्यातच बायकोला माझ्याकडे ठेवून गेला होता. लेनाचंही बाळंतपण माझ्याकडेच झालं.

सेरेज्काची बायकोही आमच्याकडेच बाळंतीण झाली. बाळांच्या रडण्यानं घर कसं भरल्यासारखं वाटलं. रडणंही कानात घुमायचं. अजूनही कोपऱ्यात ठेवलेले छोटे बूट त्या दिवसांची आठवण करून देतात. जेनियाचं गाणं चालू होतं. राहिलेला वेळ भावाच्या अन् बहिणीच्या छोट्या बाळांशी खेळण्यात जायचा.

वोवाही आता बराच मोठा झाला आहे. सुटीच्या दिवशी आवर्जून घरी येतो. वाल्या तिसरीत आहे. वाचनाचा नाद तसाच आहे. कशिदा मात्र छान काढते.

वाशा अजून लहान आहे. शाळेत जायचं अजून वय झालं नाही. घरकामात वाल्या-वाशाची मदत असते. बागेत काम करतात. त्यांचे त्यांच्या बुद्धीप्रमाणे छोटे-मोठे प्रयोग चालू असतात.

डेव्हिडनी पेन्शन घेतली आहे. तरीही ते दुसरीकडे काम करतात. स्वस्थ बसणं त्यांच्या स्वभावातच नाही. माझंही घरातलं काम, पोलीस ठाण्यातलं काम, खेळणी बनवण्याचं काम चालू आहे. त्यातही मुलं मला मदत करतात.

माझी साठी झाली आहे. जीवनाबद्दलचा आनंद अन् उत्साह तसाच आहे. जराही कमी झालेला नाही.

माझं जीवनावर खूप प्रेम आहे.

आजही मी सकाळी पाच वाजता उठते. गाईला गोठ्यातून सोडून बाहेर आणून बांधते. नंतर गॅसवर चहाचं आधण ठेवते.

चहाचा वाफाळलेला गरम कप घेऊन व्हरांड्यात बसते. दूर क्षितिजाकडे पाहत भूत, वर्तमान आठवायला आणि भविष्यात येणाऱ्या दिवसांचा विचार करायला मला खूप आवडतं.

❑

घर

घर असावे घरासारखे
नकोत नुसत्या भिंती ।
तिथे असावा प्रेमजिव्हाळा
नकोत नुसती नाती ।।
त्या शब्दांना अर्थ असावा
नकोच नुसती वाणी ।
सूर जुळावे परस्परांचे
नकोत नुसती गाणी ।।
त्या अर्थाला अर्थ असावा
नकोत नुसती नाणी ।
अश्रूतूनही प्रीत झरावी
नकोच नुसते पाणी
या घरट्यातून पिलू उडावे
दिव्य घेऊनी शक्ती ।
आकांक्षांचे पंख असावे
उंबरठ्यावर भक्ती ।।

– विमल लिमये

हे पुस्तक खालील सर्व बंधनकारक अटींसह विकले गेले आहे :

प्रकाशक व पुस्तकाचा स्वामित्व हक्कधारक यांच्या लेखी पूर्वपरवानगीखेरीज हे पुस्तक ज्या स्वरूपात विकले गेले आहे, त्या खेरीज कोणत्याही अन्य बांधणीच्या स्वरूपात हे पुस्तक, त्याचे मुखपृष्ठ व मलपृष्ठ प्रसृत करता येणार नाही.

या पुस्तकाच्या स्वामित्व हक्काचा (कॉपी राईट) भंग होईल, अशा रीतीने कोणालाही पुस्तकातील मजकूर हा मूळ, खंडित, संक्षिप्त अशा कोणत्याही स्वरूपात प्रकाशकाच्या परवानगीवाचून प्रसिद्ध करता येणार नाही, वा कोणत्याही स्वरूपात संग्रहित करता येणार नाही. ज्यात संग्रहित केलेला मजकूर पुन्हा जाणून घेता येतो, काढून घेता येतो अशा कोणत्याही पद्धतींमध्ये (यांत्रिक, इलेक्ट्रॉनिक, छायाप्रती काढणारी व अन्य प्रकारे रेखन करणारी सर्व यंत्रे) पुस्तकातील सर्व मजकूर किंवा खंडित मजकूर साठवून नंतर त्याचे वितरण व प्रक्षेपण करता येणार नाही. असे करण्यासाठी या पुस्तकाचा स्वामित्व हक्कधारक व वर जाहीर केलेला प्रकाशक अशा दोघांची लेखी पूर्वपरवानगी लागेल.